ภาษาจีนวันละนิด

天天汉语 1

ตำราภาษาจีนสำหรับชั้นมัธยมศึกษา

泰国中学汉语课本

顾　　问　许嘉璐
主　　编　朱瑞平　冯丽萍
分册主编　冯丽萍

北京语言大学出版社
BEIJING LANGUAGE AND CULTURE UNIVERSITY PRESS

图书在版编目（CIP）数据

天天汉语 ：泰国中学汉语课本．1 / 朱瑞平，冯丽萍主编 ；冯丽萍分册主编．-- 北京 ：北京语言大学出版社，2016.9（2025.2重印）

ISBN 978-7-5619-4307-6

Ⅰ.①天… Ⅱ.①朱… ②冯… Ⅲ．①汉语－对外汉语教学－教材 Ⅳ．① H195.4

中国版本图书馆 CIP 数据核字 (2016) 第 128133 号

天天汉语——泰国中学汉语课本 1

TIANTIAN HANYU——TAIGUO ZHONGXUE HANYU KEBEN 1

排版制作：北京创艺涵文化发展有限公司
责任印制：邝　天

出版发行：北京语言大学出版社
社　　址：北京市海淀区学院路 15 号，100083
网　　址：www.blcup.com
电子信箱：service@blcup.com
电　　话：编辑部　8610-82303647/3592/3395
国内发行　8610-82303650/3591/3648
海外发行　8610-82303365/3080/3668
北语书店　8610-82303653
网购咨询　8610-82303908
印　　刷：北京瑞禾彩色印刷有限公司

版　　次：2016 年 9 月第 1 版　　印　　次：2025 年 2 月第 7 次印刷
开　　本：787 毫米 × 1092 毫米　1/16　　印　　张：9
字　　数：165 千字
定　　价：58.00 元

B&R Book Program
PRINTED IN CHINA
凡有印装质量问题，本社负责调换。售后QQ号1367565611，电话010-82303590

顾　　问：许嘉璐

主　　编：朱瑞平　冯丽萍

分册主编：冯丽萍

编　　者：陈　颖　伏学凤　胡秀梅　李　璐　李炜东
汝淑媛　吴方敏（按音序排列）

项目总监：张　健

项目负责：唐琪佳　黄　英

项目秘书：秦　静

项目成员：秦　静　徐　雁　张维嘉（按音序排列）

泰文编辑：林传荣วรเดช เดชกุศลพิทักษ์（泰国）

泰文审订：彭文彬วศิน พรหมสุรินทร์（泰国）

泰文录音：陈宗真จงจินต์ นิลคำแหง（泰国）

Liú Dōng
刘冬

Chūn lā dá
春拉达

Mǎ nà
玛纳

Lǐ Jīng jing
李晶晶

Wáng
王
Xiǎo
小
wěi
伟

Nī
妮
tǎ
塔
yà
亚

Zhāng
张
Nà
娜

Ā
阿
pī
披
chá
查

前言 คำนำ

一、教材适用对象

本套教材适用于泰国初一至高三的汉语学习者，从零起点开始，学完后可达到新 HSK 四级水平。

二、教材构成

本教材由课本和教学资源包构成。

课本是教师和学生在课堂上共同使用的材料，包括学习内容、课堂活动和课堂练习。

教学资源包提供教案、课件、图片、音频、视频、练习参考答案等教学辅助资源。教案供教师课前备课和课后反思使用，包括教学目标、教学内容讲解、教学流程与各环节教学方法、课堂活动使用建议等内容。课件、音频等多媒体资源可丰富教学形式，供教师下载或打印后在课堂使用。

三、教材设计

1. 设计原则

依据泰国《中学汉语教学标准》，结合现代外语教学理念和泰国实际情况，本教材以知识与能力并重、语言与文化并重、交际优先、突出针对性为设计编写原则。

2. 设计方法

本教材以针对泰国中学汉语教学进行的多次实地调研、问卷调查、文献与资料分析、中泰专家咨询为基础，依据泰国《中学汉语教学标准》编写而成。

教材以交际功能、语言结构、文化内容为线索进行体系设计，以新 HSK 大纲为主要依据，综合参考了使用范围较广的汉语教材、泰国中学外语教材、中国中学英语教材，以及主流的外语教学标准与大纲、词汇和语法大纲，以螺旋式递进的话题为主线贯穿整套教材，根据等级确定各话题下常用的交际功能，选择与交际功能相匹配的典型词汇和语言结构作为支撑，并通过相应的文化内容进行拓展和延伸。

3. 设计目标

（1）学生目标

掌握新 HSK1—4 级的汉字、词汇、语言点，掌握与泰国社会文化、中学生生活密切相关的特色词汇，了解与话题相关的中华文化内容、中泰文化的异同；能够将各等级的语言知识灵活运用于实际生活与汉语交际，具备为达到这些交际能力所需的汉语听、说、读、写、用的能力和文化对比与分析能力；在汉语知识和中华文化的学习中，形成多元文化视野和文化比较意识，增强对中国语言文化的兴趣，培养积极、创新、快乐、与他人和谐相处的态度；通过课堂学习和课外拓展逐步形成与自身的学习特点相适应的学习策略，提高自主学习的能力。

（2）教师目标

依据所提供的材料和实际教学情况，可进行有针对性的教学设计；顺利完成教学内容与目标；形成并提高教学反思、教学研究的意识与能力。

四、教材国别化特点的体现

本套教材是专门针对泰国中学设计的国别化教材，其国别化特点主要体现在以下方面：

1. 根据泰国教育特点和需求确定教材内容与目标

根据泰国《2002—2016 年国家教育计划》《促进汉语教学，提高国家竞争力战略规划（2006—2010）》《2007—2011 年国家经济及社会发展规划》《2010 年国家教育条例》等教育纲领性文件，泰国教育“旨在培养具有道德观念、掌握科学知识和具有远见卓识的泰国公民，使他们能够在身体、智力、情感和道德方面全面发展；重点培养儿童和青少年以美德为生活理念，使他们具有公众意识、广泛的生活常识和技能，并以这些能力来促进国家的可持续发展；使泰国学生具有分析性思维、创造性思维，掌握各类技术技能，并能够与他人合作，与国际社会和谐共存”。泰国中小学汉语课程的目标可定位于“为泰国中小学生的生理、心理、智力及品德的综合发展服务，培养泰国中小学生在生活中通过掌握基本汉语知识和文化内涵，获得与他人愉快相处、共同生活的能力，培养学生的创新能力和自学能力”。此外，泰国是东盟的重要成员国，泰国的学校、师生和家长都希望通过汉语学习帮助学生进入优秀的高等教育体系，使汉语成为学生生活与今后职业中的交际语言。本教材正是基于上述素质能力目标和泰国《中学汉语教学标准》进行总体设计，在知识目标上定位于新 HSK 四级，使通过考试的学生能够申请进入中国的大学接受高等教育；并增加泰国特色词语和文化内容；兼顾能力目标和情感目标，引导学生在汉语学习过程中形成多元文化视野、自主学习能力和快乐向上的积极情感。

2．依据泰国当地课程设置设计教材体系

泰国中学的汉语课程设置类型多样，既有每周 1—2 课时的体验课，也有每周 5 课时甚至更多的强化课，多数则为每周 3 课时的选修课。为了保证教学质量和学习效果，本教材以每周 5 课时（每天 1 课时）为基准进行课本设计，满足这一课时条件的学生在学完后可参加新 HSK 四级考试。同时，为每周教学时间在 3 课时以下的教师提供教学建议，设定必做环节和选做环节，从而使教师可根据实际课程条件灵活使用本教材。

3．针对泰国学生和师资特点设计教材与教学资源

针对在母语环境中学习汉语的泰国初、高中学生的特点和兴趣，本教材在总体上保证内容简单、有趣、实用，形式美观、简洁，色彩丰富。初级阶段以基本交际功能为主，高年级则以学生感兴趣的文化主题贯穿。入门阶段即引入汉字书写，语段练习贯穿始终。课堂活动设计面向大班教学，并针对泰国学生特点，较多采用动手类、音乐类课堂活动，力求使教材从内容到形式都能吸引学生，成为课堂学习和课外自学的实用材料。

针对泰国不同地区教学环境和师资条件相差较大的特点，本教材按教学流程呈现教学设计，保证新手教师能够顺利完成教学，有经验的教师则可以根据具体的教学情况灵活选择和发挥。

一套好用的教材，是教材编写者和使用者共同努力的结晶，我们的编写团队在不懈努力，也真诚期待各位专家、研究人员、教师、学生给我们提出宝贵的意见和建议！

编者

2016 年 5 月

使用说明
คำแนะนำ

一、基本结构

本书是《天天汉语——泰国中学汉语课本》系列教材的第一册，共有 28 课，分为 5 个单元。全书共涉及交际任务 12 项，对应语言点 19 个，学习生词 66 个，其中基本词语 58 个，扩展词语 8 个。

1. 语音

语音内容采用先集中学习后分散强化的方式。

第 1 单元（第 1—5 课）是语音单元，集中学习汉语声母、韵母、声调以及汉语语音的基本规则。为了将语音练习与实际应用相结合，语音材料的选择以常用、典型为原则。同时，语音单元以日常问候语及招呼用语贯穿，既避免了单纯学习和操练语音的枯燥，也有助于师生的互动交流。此外，语音单元的每一课还安排了“文化点滴”，意在帮助学生初步了解中国，培养学习汉语的兴趣。针对泰国学生的语音难点，第 3—5 单元每单元安排了一课“语音与汉字”，集中针对泰国学生汉语语音学习中的难点进行操练，这些难点的选择主要依据相关文献的分析和对泰国教师、学生的调研。

2. 汉字

有关汉字的学习也采用先集中介绍后分散细化的方式。

第 2 单元（第 6—10 课）是汉字单元，主要学习汉字笔画笔顺的基本知识和书写的基本规则，帮助学生了解汉字字形特点，培养认读和书写汉字的兴趣。为贯彻交际优先的原则，第 2 单元以数字、文具、颜色、课堂学习等常用主题贯穿，同时还设计了汉字的来源、历史等文化内容，增加学生了解汉字的兴趣。在第 3—5 单元的“语音与汉字”课中，侧重介绍汉字的结构、合体字的构成等内容。从笔画的认读书写到部件、整字的学习是基于泰国中学生汉语和汉字学习特点而设计的。

二、基本内容

第 3—5 单元为本书的主体单元，每个单元涉及一个话题，包括“初次见面”“我的信息”“家庭与朋友”。

每个单元由 6 课构成，分别为“词语”课、3 篇课文、“语音与汉字”课以及“复习”课。全书最后还安排了 1 套测试卷。

“词语”课为每个单元的第 1 课，集中学习本单元话题涉及的相关词语，引入本单元话题，引发学生对该话题的兴趣，为后续有关该话题的表达准备所需词汇。

3 篇课文分布于每个单元的第 2—4 课，3 篇课文围绕一个话题逐步推进，每课安排 1—2 个与本课话题和功能直接相关的典型关键句或语言点，并复现本单元“词语”课所学习的词汇。

“语音与汉字”课为每个单元的第 5 课，主要是相关的语音练习和汉字基本知识，旨在夯实学生汉语拼音基础，增进学生对汉字特点的认识，提高学生认读和书写拼音及汉字的能力。

“复习”课为每个单元的最后一课，以练习的方式集中检查学生对本单元话题所涉及词语及语言点的掌握情况，检查学生运用所学词语及结构完成相关交际任务的能力。

测试卷是对此前所学内容的综合检测。为帮助学生适应新 HSK 考试的题型与思路，测试卷的材料选自本书所学内容，但题型与结构设计参考新 HSK 考试真题。

三、课时安排建议

每个单元的参考教学时长为 5 课时。第 1—2 单元，每课时完成 1 课；第 3—5 单元，前 4 课各用 1 课时，后两课共用 1 课时。教师也可根据学生情况灵活调整。

在一周 5 课时的情况下，基本上 1 周完成 1 个单元，学完 5 个单元后用 1 次课进行测试。在一周 2—3 课时的情况下，教师要根据学生的年龄、学习目的、学校要求等选择合适的内容，适当舍弃或简化部分内容的教学。比如某些课堂练习、“语音与汉字”与“复习”课都可视情况整合或简化。

在一周 5 课时以上的情况下，教师则可以视情况补充练习内容，增加对汉语相关知识及中华文化的介绍，充分利用每单元“复习”课所附文化模块，进行相关交际活动和文化活动，以拓宽学生对本单元话题与文化的了解，深化对所涉及字、词、句的理解和掌握。

四、教学方法建议

1. 关于语音

汉语拼音是辅助学生学习汉语的重要手段。本书设计在第 1 单元集中学习拼音，以便学生尽早对汉语拼音形成整体认识。教材还以汉泰语音对比为基础，针对泰国学生的语音难点，提供强化练习，帮助学生在较短时间内学会汉语拼音的认读和拼写，为日后进一步学习打下良好基础。此后每单元的“语音与汉字”课则以该单元的字词发音为基础，细化语音拼读、拼写规则的学习，通过多样的练习加以巩固。根据学时情况的不同，教师可有针对性地选用教材提供的语音教学内容。

2. 关于汉字

本书设计在第 2 单元集中了解汉字的基本特点，旨在引发学生对汉字的兴趣，引导学生关注汉字和自己母语文字的不同之处，通过相应的练习使学生树立汉字有趣、汉字不难、汉字的读音和意义有规律可循的观念。此后每单元的“语音与汉字”课进一步介绍汉字笔顺、笔画、结构等知识，意在强化学生对汉字特点的理解。教师在上课过程中应根据学生情况注意引导，重在培养兴趣，对于会写多少汉字不必强制要求。

3. 关于词语

本书的词语包括两类，一类是需要重点学习并掌握的基本词语，一类是适应本土化需求和话题表达需求而增加的扩展词语。第一类词语要求学生会听、会说，甚至会读、会写；而对于第二类词语，则只是要求学生基本了解，满足具体语境下的交际需求即可。每单元的词语课都是该单元话题所涉及词语的集中学习课，教师应充分利用教材提供的练习，帮助学生尽可能全面地掌握这些词语的形、音、义，方可为后续课文的学习提供基础。每课课文中所出新词多为必要的功能词语或扩展词语，教师要有针对性地选择不同的教学方法，贯彻听说为先、识读次之、书写最后的原则。

4. 关于语言点

本书涉及的语言点主要体现在“学句子”部分，主要包括与话题和功能对应的关键句型或句法结构。该部分提供了所涉及语言点的基本格式、汉泰双语解释说明和典型例句。每个语言点都对应一定的交际功能，教师应在把握交际功能的基础上设计教学，旨在通过关键句型或句法结构的学习帮助学生获得完成交际任务的能力。

5. 关于文化

本书的文化要素主要通过“文化点滴”板块体现，旨在引导学生初步了解中国、了解汉语、了解汉字，教师可视学生情况和课时情况选用或补充相关内容，以使文化教学更有针对性和趣味性。

目录 สารบัญ

1 语音

ระบบเสียง

单元教学内容 เนื้อหาบทเรียน

课数 ลำดับของบทเรียน	教学内容 เนื้อหาบทเรียน
1	韵母 สระ：a、o、e、i、u、ü 声母 พยัญชนะ：b、p、m、f、d、t、n、l 声调 วรรณยุกต์：4 个声调 4 เสียง 日常用语 คำพูดที่ใช้บ่อยในชีวิตประจำวัน：早上好　你好
2	韵母 สระ：ai、ao、an、ang、ei、en、eng、ou、ong 声母 พยัญชนะ：g、k、h、z、c、s 声调 วรรณยุกต์：上声变调 การเปลี่ยนเสียงวรรณยุกต์ของเสียงสาม.. 日常用语 คำพูดที่ใช้บ่อยในชีวิตประจำวัน：明天见　再见
3	韵母 สระ：ia、iao、ian、iang、ie、in、ing、i(o)u、iong、üe、ün、üan 声母 พยัญชนะ：j、q、x 拼音规则 หลักการใช้พินอิน：j、q、x 与 ü 相拼 การ j q x และ ü 日常用语 คำพูดที่ใช้บ่อยในชีวิตประจำวัน：谢谢　不客气　对不起　没关系
4	韵母 สระ：ua、uo、u(e)i、u(e)n、uai、uan、uang、ueng 声母 พยัญชนะ：zh、ch、sh、r 拼音规则 หลักการใช้พินอิน：w 的使用规则 กฎของการใช้ w 日常用语 คำพูดที่ใช้บ่อยในชีวิตประจำวัน：老师好　同学们好　您好
5	复习 ทบทวน

汉语语音总体介绍
ความรู้ทั่วไปเกี่ยวกับระบบเสียงในภาษาจีน

汉语普通话中，一个音节最多由三部分组成，即声母、韵母、声调。例如，音节“ nǐ ”，“ n ”是声母，“ i ”是韵母，“ ˇ ”是声调符号。

《汉语拼音方案》中有 21 个声母，35 个韵母，4 个声调和 1 个特殊的调子——轻声。

ในภาษาจีนกลาง พยางค์ 1 พยางค์เกิดจากองค์ประกอบ 3 ส่วนเป็นสำคัญ กล่าวคือ พยัญชนะ สระและวรรณยุกต์ ตัวอย่างเช่น “ nǐ ” ในที่นี้ “ n ” คือพยัญชนะ “ i ” คือสระ และ “ ˇ ” คือเครื่องหมายวรรณยุกต์

ภาษาจีนกลางประกอบด้วยพยัญชนะ 21 ตัว สระ 35 ตัว วรรณยุกต์ 4 เสียงและวรรณยุกต์พิเศษอีก 1 เสียง ซึ่งก็คือ เสียงเบา

第一课　你好
สวัสดี

日常用语 คำพูดที่ใช้บ่อยในชีวิตประจำวัน 001

本课语音 การออกเสียงประจำบท 002

韵母สระ

a o e
i u ü

声母พยัญชนะ

b p m f
d t n l

一 听一听，哪个是汉语 ลองฟังดู คำไหนคือภาษาจีน 003

1	2	3	4	5

二 拼音练习 ฝึกฝนพินอิน

1. 认读韵母 ฝึกอ่านสระ 004

a o e i u ü

2. 认读声母 ฝึกอ่านพยัญชนะ 005

b p m f d t n l

3. 看图读韵母，并试着读出 i、u、ü 的四声 006
อ่านออกเสียงสระตามรูปภาพและลองอ่านออกเสียงวรรณยุกต์ทั้ง 4 ของสระ i u และ ü

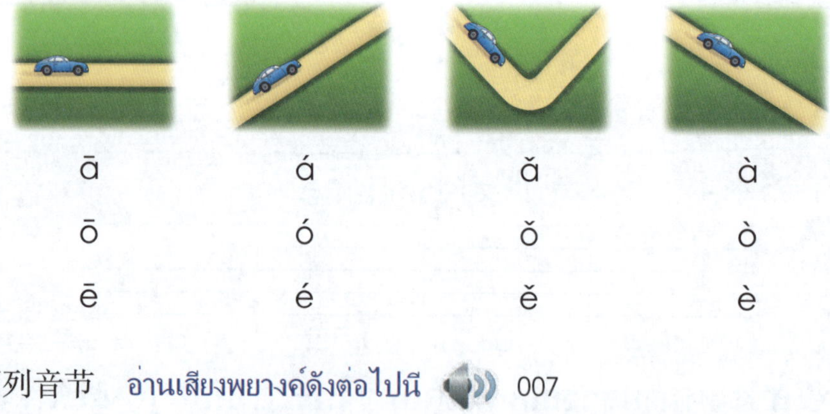

ā	á	ǎ	à
ō	ó	ǒ	ò
ē	é	ě	è

4. 朗读下列音节 อ่านเสียงพยางค์ดังต่อไปนี้ 007

bā
b-ā → bā

bā bá bǎ bà

pā
p-ā → pā

pā pá pà

mǐ
m-ǐ → mǐ

mī mí mǐ mì

fǔ
f-ǔ → fǔ

fū fú fǔ fù

dí	tǎ	nǚ	lí
d-í → dí	t-ǎ → tǎ	n-ǚ → nǚ	l-í → lí

dī dí dǐ dì	tā tǎ tà	nǚ nǜ	lī lí lǐ lì

5. 找朋友　หาเพื่อน

学生分为两组，每人手持一张写有本课所学声母、韵母或声调的卡片，老师朗读音节，学生举起该音节涉及的卡片，正确率高的小组获胜。

แบ่งนักเรียนออกเป็นสองกลุ่ม ทุกคนถือบัตรพยัญชนะและบัตรสระคนละใบ เมื่อคุณครูออกเสียงตรงกับบัตรแผ่นไหนให้นักเรียนยกขึ้นมา กลุ่มที่ยกถูกมากที่สุดเป็นผู้ชนะ

○ lǜ	⇨	○ l	+	○ ü	+	○ ˋ

三 听一听，读一读 ลองฟังและลองอ่าน 008

Shàng kè. เข้าเรียน　　Xiàkè. เลิกเรียน

附：本课音节拼合表

ตารางพยางค์ของบทเรียนนี้

	a	o	e	i	u	ü
b	ba	bo		bi	bu	
p	pa	po		pi	pu	
m	ma	mo	me	mi	mu	
f	fa	fo			fu	
d	da		de	di	du	
t	ta		te	ti	tu	
n	na		ne	ni	nu	nü
l	la	lo	le	li	lu	lü

中国在哪里
ประเทศจีนอยู่ที่ไหน

中国位于亚洲大陆的东部，太平洋的西岸。陆地面积约为 960 万平方公里，居世界第三位，国土辽阔，资源丰富。这里是大熊猫的故乡，还有很多珍稀物产。中国历史悠久，是世界四大文明古国之一，有很多名胜古迹。中国也是一个自然环境差异很大的国家，东西南北，各个地方的气候、地理等情况各不相同。

ประเทศจีนตั้งอยู่ทางด้านทิศตะวันออกของผืนแผ่นดินในทวีปเอเชีย และอยู่ฝั่งทิศตะวันตกของมหาสมุทรแปซิฟิก มีพื้นที่ทั้งหมด 960 ล้านตารางกิโลเมตร มีขนาดใหญ่เป็นอันดับสามของโลก ดินแดนของประเทศจีนกว้างใหญ่และเต็มไปด้วยทรัพยากรธรรมชาติ ที่แห่งนี้ถือเป็นถิ่นกำเนิดของหมีแพนด้า และยังมีผลิตผลที่ล้ำค่าอีกมากมาย ประเทศจีนมีประวัติศาสตร์ยาวนาน เป็นหนึ่งในสี่ประเทศที่เป็นแหล่งอารยธรรมโบราณของโลก มีโบราณสถานเป็นจำนวนมาก ประเทศจีนเป็นประเทศที่มีธรรมชาติที่แตกต่างกันมากประเทศหนึ่ง ทิศตะวันออก ทิศตะวันตก ทิศใต้ ทิศเหนือ แต่ละสถานที่มีสภาพอากาศและภูมิศาสตร์ที่แตกต่างกัน

写写画画 วาดๆเขียนๆ

请将下列图片与对应的国家连起来，并说说你还知道什么有关中国的知识。

จงโยงเส้นจับคู่รูปภาพด้านล่างนี้ว่ามีความสัมพันธ์กับประเทศใด แล้วลองพูดดูว่าคุณยังรู้อะไรที่เกี่ยวกับประเทศจีนอีกบ้าง

Tàiguó
泰国

Zhōngguó
中国

第二课　再见
ลาก่อน/พบกันใหม่

日常用语 คำพูดที่ใช้บ่อยในชีวิตประจำวัน 009

本课语音 การออกเสียงประจำบท 010

韵母 สระ

ai ao an ang
ei en eng
ou ong

声母 พยัญชนะ

g k h
z c s

一 拼音练习 ฝึกฝนพินอิน

1. 认读韵母 ฝึกอ่านสระ 011

ai ao an ang ei en eng ou ong

2. 认读声母 ฝึกอ่านพยัญชนะ 012

g k h z c s

3. 朗读下列音节 อ่านเสียงพยางค์ดังต่อไปนี้ 013

hēi
ดำ

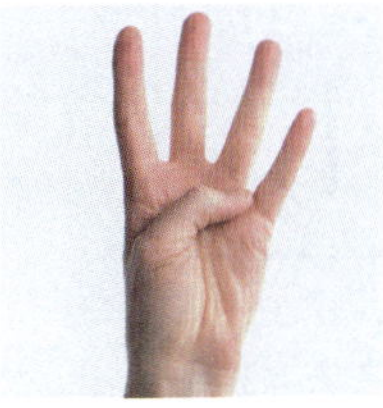

sì
สี่

kàn
ดู

gǒu
สุนัข

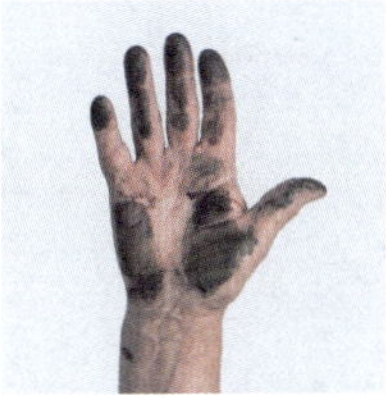

zāng
สกปรก

hóng
แดง

cǎo
หญ้า

hǎi
ทะเล

kēng
หลุม

sǎn
ร่ม

4. 读一读 ลองอ่านดู 014

z = zi	zī		zǐ	zì
c = ci	cī	cí	cǐ	cì
s = si	sī		sǐ	sì

zi ci si
คือ พยางค์
เสียงที่อ่านเป็นหน่วยเสียงเดียว

5. 读一读，注意声调 ลองอ่านและสังเกตวรรณยุกต์ 015

1. nǐ hǎo	2. hǎokàn	3. kěnéng	4. běifāng
5. mǐfàn	6. dǎsǎo	7. hěn máng	8. pǔtōng

6. 找朋友 หาเพื่อน

学生分为两组，每人手持一张写有本课所学声母、韵母或声调的卡片，老师朗读音节，学生举起该音节涉及的卡片，正确率高的小组获胜。

แบ่งนักเรียนออกเป็นสองกลุ่ม ทุกคนถือบัตรพยัญชนะและบัตรสระคนละใบ เมื่อคุณครูออกเสียงตรงกับบัตรแผ่นไหนให้นักเรียนยกขึ้นมา กลุ่มที่ยกถูกต้องมากที่สุดเป็นผู้ชนะ

zì ⇨ z + i + ˋ

二 听一听，读一读 ลองฟังและลองอ่าน 016

Hěn hǎo! ดีมาก

Fēicháng hǎo! ดีเยี่ยม

Qǐng zuò! เชิญนั่ง

附：本课音节拼合表

ตารางพยางค์ของบทเรียนนี้

	ai	ao	an	ang	ei	en	eng	ou	ong
g	gai	gao	gan	gang	gei	gen	geng	gou	gong
k	kai	kao	kan	kang	kei	ken	keng	kou	kong
h	hai	hao	han	hang	hei	hen	heng	hou	hong
z	zai	zao	zan	zang	zei	zen	zeng	zou	zong
c	cai	cao	can	cang	cei	cen	ceng	cou	cong
s	sai	sao	san	sang		sen	seng	sou	song

文化点滴 เกร็ดความรู้วัฒนธรรม

中国人的见面礼仪

ธรรมเนียมการทักทายของชาวจีน

泰国人见面时行合十礼，西方人见面时常常拥抱甚至亲吻，而中国人一般握手。握手时，通常是年纪较长或地位较高者先伸出右手。在中国，当距离较远时或熟人之间也常常点头或挥手致意。更体现中国传统的方式则是抱拳——以左手抱右手，在胸前微微晃动。不过现在中国人一般只在比较特别的场合这么做，比如春节互相祝福的时候，在中国的功夫电影中也常常可以看到。

เมื่อคนไทยเจอหน้ากันจะใช้ธรรมเนียมการทักทายโดยการพนมมือไหว้ ชาวตะวันตกใช้วิธีสวมกอดหรือกระทั่งหอมแก้ม ส่วนชาวจีนส่วนใหญ่จะจับมือ ชาวจีนเวลาจับมือทักทายมักจะให้ผู้อาวุโสหรือผู้ที่มีตำแหน่งสูงกว่ายื่นมือขวาเพื่อเป็นการทักทายก่อน ในประเทศจีน สำหรับคนที่ใกล้ชิดกันหรือคนที่ยืนอยู่ห่างกันมักจะใช้วิธีการพยักหน้าหรือโบกมือทักทาย วิธีทักทายที่แสดงถึงธรรมเนียมปฏิบัติโบราณของจีนคือ โอบกำปั้น โดยใช้มือซ้ายโอบมือข้างขวา วางไว้ตรงหน้าอกแล้วแกว่งขึ้นลงพอประมาณ ทว่าวิธีทักทายเช่นนี้ในปัจจุบันกระทำเฉพาะโอกาสพิเศษเท่านั้น เช่นเวลาอวยพรในเทศกาลตรุษจีน หรือในภาพยนตร์กำลังภายในของจีนก็มักจะพบเห็นลักษณะการ ทักทายเช่นนี้

角色扮演 แสดงบทบาท

学生分小组围成圆圈，老师发出“中国”“泰国”的指令，学生用相应的方式同旁边的同学问好。

แบ่งนักเรียนออกเป็นกลุ่มเล็ก ๆ และนั่งเป็นวงกลม เมื่อได้ยินคุณครูสั่งว่า “ 中国 ”หรือ“ 泰国 ”ให้ทักทายกับนักเรียนที่อยู่ด้านข้างพร้อมทั้งทำท่าทางประกอบ

第三课　谢谢
ขอบคุณ

日常用语 คำพูดที่ใช้บ่อยในชีวิตประจำวัน 017

本课语音 การออกเสียงประจำบท 018

一 拼音练习 ฝึกฝนพินอิน

1. 认读韵母　ฝึกอ่านสระ　019

ia　iao　ian　iang

ie　in　ing　i(o)u　iong

üe　ün　üan

เมื่อ iou ประสมกับพยัญชนะ o จะถูกลดรูปเป็น iu เช่น jiu

2. 认读声母　ฝึกอ่านพยัญชนะ　020

j　　q　　x

ในพยางค์ภาษาจีน j q และ x สามารถประสมกับสระที่ขึ้นต้นด้วย i และ ü ได้เท่านั้น

3. 朗读下列音节　อ่านเสียงพยางค์ดังต่อไปนี้　021

jiā
บ้าน

xiào
หัวเราะ

xìn
จดหมาย

qíng
แจ่มใส

xié
รองเท้า

xióngmāo
หมีแพนด้า

qiánbāo
กระเป๋าสตางค์

dàxiàng
ช้าง

zúqiú
ฟุตบอล

jiéhūn
แต่งงาน

4. 听一听，读一读　ลองฟังและลองอ่าน　022

j + ǘ　　jú

q + ǘn　　qún

x + ǘe　　xué

เมื่อ j q และ x ประสมกับสระ ü จะตัดจุด 2 จุดบน ü ออก

5. 朗读下列音节　อ่านเสียงพยางค์ดังต่อไปนี้　023

xuě หิมะ	júzi ส้ม	qúnzi กระโปรง	jūnrén ทหาร

xuéxí เรียน	xuǎnzé เลือก	quántou ข้าง	tóngxué เพื่อนนักเรียน

6. 找卡片　หาบัตรคำ

将本课学习的语音写在卡片上，从自己的卡片中找出老师读的音节，举起卡片并朗读。

หาพยางค์ที่คุณครูอ่านจากบัตรคำของตัวเอง ยกขึ้นมาและอ่านออกเสียง

二　听一听，读一读 ลองฟังและลองอ่าน　024

Lǎoshī：Duì bu duì?　ครู: ถูกต้องไหม

Xuésheng：Duì.　นักเรียน: ถูกต้อง

Lǎoshī：Duì bu duì?　ครู: ถูกต้องไหม

Xuésheng：Bú duì.　นักเรียน: ไม่ถูกต้อง

附：本课音节拼合表

ตารางพยางค์ของบทเรียนนี้

	ia	iao	ian	iang	ie	in	ing	i(o)u	iong	un	üe	üan
j	jia	jiao	jian	jiang	jie	jin	jing	jiu	jiong	jun	jue	juan
q	qia	qiao	qian	qiang	qie	qin	qing	qiu	qiong	qun	que	quan
x	xia	xiao	xian	xiang	xie	xin	xing	xiu	xiong	xun	xue	xuan

告别、致谢和道歉
การกล่าวลา ขอบคุณและขอโทษ

中泰两国人在告别、致谢和表达歉意时身体语言是不一样的。泰国人在正式场合中行合十礼表示告别，中国人常常挥手致意；泰国人致谢、表达歉意及回应时也常行合十礼，中国人则行鞠躬礼表示感谢和抱歉。

การกล่าวลา ขอบคุณและขอโทษ ของคนไทยและคนจีน มีการแสดงออกทางภาษากายที่การ่เหมือนกัน คนไทยในการบอกลานั้นก็จะพนมมือ ส่วนคนจีนจะใช้การโบกมือ คนไทยเวลาตอบกลับแสดงความขอบคุณและการขอโทษจะพนมมือ ส่วนคนจีนแสดงถึงการขอบคุณและขอโทษจะใช้การโค้งคำนับ

第四课　老师好
สวัสดีค่ะ/ครับ คุณครู

日常用语 คำพูดที่ใช้บ่อยในชีวิตประจำวัน 025

本课语音 คำศัพท์ประจำบท 026

韵母 สระ

ua　uo　u(e)i
u(e)n　uai　uan
uang　ueng

声母 พยัญชนะ

zh　ch　sh　r

拼音规则：w 的使用规则
หลักพินอิน: หลักการใช้ w

u → wu	ua → wa
uo → wo	uai → wai
uan → wan	uen → wen
uang → wang	ueng → weng

เมื่อ u ประกอบเป็นพยางค์ได้เอง ให้เพิ่ม w ไว้ด้านหน้า u เมื่อด้านหลัง u มีสระตัวอื่นมาประสมและยังประกอบเป็นพยางค์ได้เอง ให้เปลี่ยน u เป็น w

一 拼音练习 ฝึกฝนพินอิน

1. 跟读韵母 ฝึกอ่านสระ 027

ua uo u(e)i u(e)n uai

uan uang ueng

เมื่อ uei และ uen ประสมกับพยัญชนะให้ละ e ที่อยู่ตรงกลาง เช่น h+uei=hui และ k+uen=kun

2. 跟读声母 ฝึกอ่านพยัญชนะ 028

zh ch sh r

3. 朗读下列音节 อ่านเสียงพยางค์ดังต่อไปนี้ 029

shū
หนังสือ

shuǐ
น้ำ

chuáng
เตียง

chuāng
หน้าต่าง

rén
คน

zhuōzi
โต๊ะ

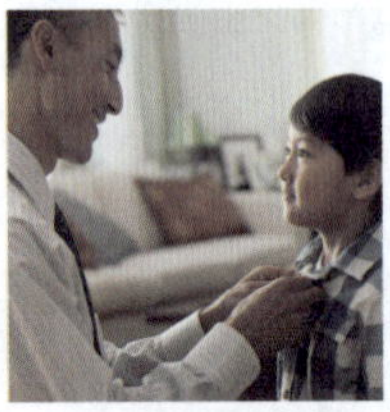
chuān
สวม

jiàoshì
ห้องเรียน

lǎoshī
คุณครู

chídào
มาสาย

4. 朗读下列音节，注意 "W" 的用法 อ่านออกเสียงพยางค์ต่อไปนี้ 030

wǔ
ห้า

wǒ
ฉัน

wèn
ถาม

wǎn
ถ้วย

wàibian
ด้านนอก

xīwàng
ความหวัง

5. 找卡片　หาบัตรคำ

将本课学习的语音写在卡片上，从自己的卡片中找出老师读的音节，举起卡片并朗读。

จงหาพยางค์ที่คุณครูอ่าน จากบัตรคำของนักเรียน ยกขึ้นมาและอ่านออกเสียง

二 听一听，读一读 ลองฟังและลองอ่าน 031

Qǐng ānjìng.
โปรดเงียบ

Qǐng jǔ shǒu.
โปรดยกมือขึ้น

Qǐng zhàn qǐlái.
โปรดยืนขึ้น

附：本课声韵拼合表

ตารางพยางค์ของบทเรียนนี้

	ua	uai	uan	uang	uo	u(e)i	u(e)n	ueng
zh	zhua	zhuai	zhuan	zhuang	zhuo	zhui	zhun	
ch	chua	chuai	chuan	chuang	chuo	chui	chun	
sh	shua	shuai	shuan	shuang	shuo	shui	shun	
r	rua		ruan		ruo	rui	run	

文化点滴 เกร็ดความรู้วัฒนธรรม

课堂礼仪
มารยาทในห้องเรียน

在泰国，学生一般向老师行合十礼；中国学生一般向老师行鞠躬礼。在泰国，当老师走进教室，同学们必须站起来行合十礼，并说“老师好”；在中国的课堂上，老师走进教室时学生需起立，齐声问候“老师好”，老师回应“同学们好”。

ในประเทศไทย ปกติแล้วนักเรียนก็จะพนมมือไหว้คุณครู คุณครูก็จะรับไหว้ ส่วนประเทศจีนนักเรียนจะโค้งคำนับคุณครู โดยปกติแล้วประเทศไทย เมื่อคุณครูเดินเข้ามาในห้องเรียน นักเรียนจะต้องยืนขึ้นพนมมือไหว้คุณครู และพูดว่า “สวัสดีค่ะ/ครับ คุณครู” ส่วนห้องเรียนในประเทศจีนเมื่อคุณครูเดินเข้ามาในห้องเรียนนักเรียนต้องยืนขึ้น และพูดว่า “ 老师好 ”(สวัสดีค่ะ/ครับ คุณครู) คุณครูจะตอบว่า “ 同学们好 ” (สวัสดี นักเรียน)

角色扮演 แสดงบทบาท

用不同国家的语言和方式跟老师、同学们打招呼，表示感谢、道歉和告别。

ใช้วิธีการและภาษาของแต่ละประเทศที่ต่างกันในการทักทาย แสดงการขอบคุณขอโทษและกล่าวลากับคุณครูและเพื่อน

第五课　万里长城
กำแพงเมืองจีน

一 完成对话 เติมประโยคให้สมบูรณ์　032

1. A：Nǐ hǎo! B：	2. A：Zǎoshang hǎo! B：
3. A：Tóngxuémen hǎo! B：	4. A：Zàijiàn! B：
5. A：Xièxie! B：	6. A： B：Méi guānxi.

二 挂苹果游戏 เกมส์แขวนแอปเปิ้ล　033

把你听到的词挂到苹果树上，并朗读。

หาคำศัพท์ตามที่ได้ยินจากบัตรคำของนักเรียน แล้วนำไปแขวนไว้บนต้นแอปเปิ้ลแล้วอ่านออกเสียง

三 圈出可以拼合的音节，并朗读 วงกลมพยางค์และอ่านออกเสียง

d	a	n	b	n	i	n	ü	r	u
o	u	sh	o	u	sh	a	i	u	a
n	i	c	h	u	a	f	o	o	i
g	q	ü	e	x	i	u	o	s	e
u	u	e	t	i	j	l	i	a	o
n	e	r	a	o	ü	a	e	b	i
k	e	u	ch	n	a	i	z	o	u
e	n	i	u	g	n	n	g	j	ü
n	i	zh	a	u	h	u	a	i	n
g	e	i	n	o	n	g	m	a	g

四 听一听，读一读 ลองฟังและลองอ่าน 034

1. Qǐng gēn lǎoshī dú. อ่านพร้อมคุณครู
2. Dàjiā yìqǐ dú. ทุกคนอ่านพร้อมกัน
3. Qǐng gēn lǎoshī shuō. พูดตามคุณครู

万里长城
กำแพงหมื่นลี้

长城是世界上修建时间最长、工程量最大的古代防御工程之一，自公元前七八世纪开始，延续不断修筑了 2000 多年。长城也被称为万里长城，因为它翻山越岭绵延了 8851.8 千米。长城被誉为世界七大奇迹之一，是中国悠久历史的见证，被世人视为中国的象征。1987 年，长城被列入世界文化遗产。现在北京境内的八达岭长城是最具代表性、保护最好的部分。长城雄伟壮观，很多人都向往去长城一探究竟，所以中国有句话叫作“不到长城非好汉”。

กำแพงเมืองจีนเป็นสิ่งก่อสร้างที่ใช้ป้องกันประเทศในสมัยโบราณที่ใช้เวลาสร้างนานที่สุดและใช้แรงงานมากที่สุดในโลก เริ่มจากศตวรรษที่7—8ก่อนคริสต์ศักราช ก่อสร้างซ่อมแซมมาตลอด2000กว่าปี กำแพงเมืองจีนยังถูกขนานนามว่า กำแพงหมื่นลี้ เนื่องจากกำแพงเมืองจีนเริ่มจากทางตอนเหนือของประเทศจีน ตามเทือกเขาทางทิศตะวันออกไปยังด้านทิศตะวันตก ทอดยาวราว 8851.8 กิโลเมตร เริ่มแรกกำแพงเมืองจีนถูกขึ้นชื่อว่าเป็นหนึ่งในสิ่งมหัศจรรย์ทั้งเจ็ดของโลก เป็นสิ่งที่บ่งบอกประวัติศาสตร์อันยาวนานของจีน และได้ถูกชาวโลกนำมาเป็นสัญลักษณ์ของประเทศจีน ในปี 1987 กำแพงเมืองจีนถูกขึ้นชื่อเป็นมรดกของโลกทางวัฒนธรรม ในปัจจุบันกำแพงเมืองจีนด่านปาต่าหลิง ในเมืองปักกิ่งเป็นด่านที่เป็นตัวแทนได้อย่างมาก และเป็นด่านที่มีการรักษาได้ดีที่สุด เนื่องจากกำแพงเมืองจีนมีความโอ่อ่าและแข็งแรงมาก มีผู้คนจำนวนมากเดินทางไปชมกำแพงเมืองจีน ดังนั้นประเทศจีนจึงมีคำพูดหนึ่งว่า “ไปไม่ถึงกำแพงเมืองจีนมิใช่ชายชาตรี”

修长城 สร้างกำแพงเมือง

同学间分组。对照长城的图片，把带有拼音的碎片重新排序，并将组合后的拼音大声地朗读出来。比一比，哪一组最快。

แบ่งกลุ่มนักเรียน เปรียบเทียบรูปภาพของกำแพงเมืองจีน แล้วเรียงชิ้นส่วนของภาพใหม่ให้ถูกต้องตาม ลำดับ หลังจากเรียงเรียบร้อยแล้วให้อ่านออกเสียง ลองแข่งกันดู ว่ากลุ่มไหนเร็วที่สุด

正确顺序：

________ ________ ________ ________

2 汉字 ตัวอักษรจีน

单元教学内容 เนื้อหาบทเรียน

课数 ลำดับของบทเรียน	教学内容 เนื้อหาบทเรียน
6	数字 ตัวเลข：1—100 语音辨别 แยกเสียง：送气音与不送气音 เสียงพ่นลมและไม่พ่นลม 轻声 วรรณยุกต์พิเศษ 汉字以形表意的性质 ลักษณะของตัวอักษรจีนบอกความหมาย
7	词语 คำศัพท์：书　本子　纸　笔　尺子　橡皮 语音辨别 แยกเสียง：卷舌音与平舌音 เสียงม้วนลิ้นและลิ้นเรียบ 声调的位置 ตำแหน่งของวรรณยุกต์ 汉字的笔画 1 ลำดับเส้นขีดตัวอักษรจีน 1
8	词语 คำศัพท์：听　说　读　写　汉字　汉语 拼音规则 หลักการใช้พินอิน：i 的使用规则 กฎการใช้ i 汉字的笔画 2 ลำดับเส้นขีดตัวอักษรจีน 2
9	词语 คำศัพท์：红色　绿色　黑色　白色　蓝色　黄色　紫色 韵母 สระ：er 拼音规则 หลักการใช้พินอิน：ü 的使用规则 หลักการใช้ ü 汉字的笔顺 1 กฎของการเขียนอักษรจีน 1
10	复习 ทบทวน 汉字的笔顺 2 กฎของการเขียนอักษรจีน 2

第六课 数字
ตัวเลข

基本词语 คำศัพท์พื้นฐาน 035

yī	èr	sān	sì	wǔ	liù	qī
1	2	3	4	5	6	7
bā	jiǔ	shí	shíyī	shí'èr	shísān	shísì
8	9	10	11	12	13	14
shíwǔ	shíliù	shíqī	shíbā	shíjiǔ	èrshí	yìbǎi
15	16	17	18	19	20	100

这就是汉字 นี่ก็คือตัวอักษรจีน

世界上有不同的语言，也有不同的文字。

现在，多数民族的文字标记的是词语的读音，例如英语的“fish, sun, bright”，法语的“poisson, soleil, brilliant”，泰语的“ปลา ดวงอาทิตย์ ดวงจันทร์”。但是汉字不太一样，看到一个汉字，我们一般不能直接拼读出它的读音。

现代汉字是从古代汉字变化而来的。古代的汉字很像事物的形状，例如“”“”“”。现代的汉字已经简化了，主要用“一”“丨”“丿”“㇏”“、”“㇀”“亅”“㇕”等笔画来书写，例如“鱼”“日”“明”。

ในโลกนี้มีภาษาที่ไม่เหมือนกัน และยังใช้ตัวอักษรที่แตกต่างกัน ปัจจุบันตัวอักษรของคนแต่ละชนชาติแสดงถึงเสียงอ่านของคำศัพท์ เช่น “fish, sun, bright” ในภาษาอังกฤษ “poisson, soleil, brilliant” ในภาษาฝรั่งเศส “ปลา ดวงอาทิตย์ ดวงจันทร์” ในภาษาไทย แต่ว่า ตัวอักษรจีนไม่เหมือนกับภาษาอื่นๆ กล่าว คือ เมื่อเห็นตัวอักษรจีนหนึ่งตัว พวกเราจะไม่สามารถออกเสียงตัวอักษรนั้นได้โดยตรง

ตัวอักษรจีนในปัจจุบันวิวัฒนาการมาจากตัวอักษรจีนโบราณ ตัวอักษรจีนโบราณ ในสมัยก่อนมีความคล้ายคลึงกับรูปภาพของวัตถุสิ่งของ เช่น ตัวอักษรจีนในปัจจุบันได้มีการเปลี่ยนแปลงไป โดยหลัก ๆ จะใช้ส่วนประกอบ เช่น “一”“丨”“丿”“㇏”“、”“㇀”“亅”“㇕”ประกอบขึ้นเป็นตัวอักษรจีน เช่น“鱼”“日”“明”

一 汉字练习 ฝึกหัดตัวอักษรจีน

1. 找出下列每组中的现代汉字　จงหาตัวอักษรจีนแต่ละกลุ่มต่อไปนี้

① A. 　B. rest　C. พักผ่อน　D. 休

② A. out　B. 　C. 出　D. ออก

③ A. 刀　B. มีด　C. 　D. knife

④ A. 　B. 木　C. tree　D. ไม้ (ต้นไม้)

⑤ A. เก็บ　B. 采　C. pick　D. 

2. 连一连　ลากเส้น

	山	คน
	上	ภูเขา
	人	พักผ่อน
	木	ข้างบน
	休	ไม้ (ต้นไม้)

二 拼音练习 แบบฝึกหัดพินอิน

1. 写出听到的声母的标号，并读一读　กรุณาเขียนพยัญชนะที่ได้ยิน และอ่านออกเสียง　036

① b　② p　③ d　④ t　⑤ g　⑥ k

__iānqì อากาศ　__āfēi กาแฟ　__àozhǐ หนังสือพิมพ์

__ǎo bù วิ่ง　__àjiā ทุกคน　__ōngsī บริษัท

พินอินประกอบด้วยพยัญชนะที่พ่นลมและไม่พ่นลม b d g j z zh เป็นพยัญชนะที่ไม่มีลมพ่นออกจากปาก p t k q c ch เป็นพยัญชนะที่มีลมพ่นออกจากปาก

2. 听录音，写声调，然后读一读 ฟังเทปและเขียนวรรณยุกต์จากนั้นฝึกอ่าน 037

① mama แม่ ② gege พี่ชาย

③ didi น้องชาย ④ jiejie พี่สาว

⑤ baba พ่อ ⑥ meimei น้องสาว

เสียงเบาเป็นวรรณยุกต์พิเศษ อ่านออกเสียงสั้นและเบา อีกทั้งมีความเกี่ยวข้องกับเสียงวรรณยุกต์ที่อยู่ด้านหน้า

3. 朗读下列音节 อ่านเสียงพยางค์ดังต่อไปนี้ 038

① xiūxi พักผ่อน ② yīfu เสื้อผ้า

③ míngzi ชื่อ ④ xuésheng นักเรียน

⑤ xǐhuan ชอบ ⑥ shìqing เรื่องราว

⑦ yìsi ความหมาย ⑧ zǎoshang ตอนเช้า

仓颉造字

ชางเจี๋ยสร้างตัวอักษร

据说汉字是仓颉创造的，他是大约五千年前黄帝时代记录历史的官员。一些故事里说，仓颉造汉字是受到猎人的启发。猎人通过观察野兽的蹄印就能知道是哪种动物曾经经过，因为每种动物的蹄印都有自己的特点。仓颉因此想到，万事万物都有自己的特征，如能抓住事物的特征画出图像，大家都能认识，这不就是字吗？从此，仓颉便注意仔细观察各种事物的特征，并按其特征画出图形，造出许多象形字来，这就是最早的汉字。

กล่าวกันว่าชางเจี๋ยเป็นคนสร้างอักษรจีนขึ้นมา เขาเป็นขุนนางผู้บันทึกประวัติศาสตร์ในสมัยกษัตริย์ฮวงตี้เมื่อราว 5,000 ปีก่อน บางเรื่องกล่าวว่าอักษรจีนที่ชางเจี๋ยสร้างขึ้นมาได้รับอิทธิพลมาจากนักล่าสัตว์เป็นผู้แนะ นักล่าสัตว์ใช้การสังเกตรอยเท้าของสัตว์ก็สามารถรู้ว่าสัตว์ประเภทไหนที่เดินผ่านมา เนื่องจากรอยเท้าของสัตว์ทุกชนิดนั้นมีลักษณะพิเศษของตัวเอง ด้วยเหตุนี้ชางเจี๋ยจึงนึกได้ว่า สิ่งของและเรื่องราวต่างๆต่างก็มีลักษณะพิเศษเป็นของตนเอง ถ้าสามารถรู้ถึงลักษณะพิเศษของสิ่งต่างๆ วาดเป็นภาพออกมาทุกคนก็จะรู้จัก สิ่งนี้ไม่ใช่ตัวอักษรหรอกหรือ? ตั้งแต่นั้นเป็นต้นมา ชางเจี๋ยพิจารณาถึงลักษณะพิเศษของสิ่งของต่างๆ โดยละเอียด วาดภาพเหมือนออกมา และสร้างตัวอักษรภาพมากมายนั่นจึงเป็นตัวอักษรจีนที่เก่าที่สุด

找一找 ลองหาดู

请找出下图中的象形字。

ค้นหาตัวอักษรจีน ในภาพด้านล่าง

第七课　文具
เครื่องเขียน

基本词语 คำศัพท์พื้นฐาน 039

shū
หนังสือ

běnzi
สมุด

zhǐ
กระดาษ

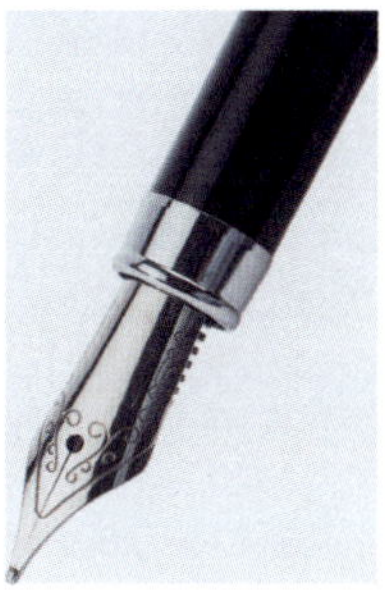
bǐ
ปากกา

chǐzi
ไม้บรรทัด

xiàngpí
ยางลบ

汉字的笔画 1 ลำดับเส้นขีดตัวอักษรจีน1

汉字和部件都是由笔画构成的。汉字有八个基本笔画，基本笔画又可以组合成很多复杂的笔画。下面是汉字中的四个基本笔画：

อักษรจีนหรือส่วนประกอบอักษรจีนจะประกอบด้วยเส้นขีด ในภาษาจีนมี 8 ขีดเป็นพื้นฐาน เส้นขีดพื้นฐานนี้ยังสามารถประกอบได้หลากหลายเส้นขีด ด้านล่างนี้คือเส้นขีดพื้นฐาน 4 ขีดของอักษรจีน

一 (héng) เส้นตรงแนวนอน　　丨 (shù) เส้นตรงแนวตั้ง

丿 (piě) เส้นลากไปทางซ้าย　　㇏ (nà) เส้นลากไปทางขวา

一 汉字练习 ฝึกหัดตัวอักษรจีน

1. 说出下列汉字或部件的笔画　เรียกชื่ออักษรจีนหรือส่วนประกอบอักษรจีนต่อไปนี้

人　亻　大　十　生　天

2. 书写下列笔画　คัดเส้นขีดดังต่อไปนี้

一														
丨														
丿														
㇏														

二 拼音练习 ฝึกฝนพินอิน

1. 写出听到的声母的标号，并读一读　กรุณาเขียนพยัญชนะที่ได้ยิน และอ่านออกเสียง　040

① z　② c　③ s　④ zh　⑤ ch　⑥ sh

__īdao รู้　__àng gē ร้องเพลง　__àijiàn แล้วพบกันใหม่

yán__è สี　__ī fàn ทานอาหาร　__ēngrì วันเกิด

2. 听录音，写声调，然后读一读　ฟังเทปและเขียนวรรณยุกต์จากนั้นฝึกอ่าน　041

① ta　② nai　③ jiao　④ hao　⑤ guan　⑥ chang

⑦ hei　⑧ xue　⑨ mei　⑩ peng　⑪ lüe　⑫ de

⑬ hou　⑭ huo　⑮ bo　⑯ nong　⑰ xi　⑱ bing

⑲ xiong　⑳ jiu　㉑ hui　㉒ kun　㉓ diu　㉔ jun

> หลักการเขียนเครื่องหมายกำกับเสียงวรรณยุกต์: หากไม่มีสระ
> a ให้เขียนเครื่องหมายกำกับเสียงวรรณยุกต์บนสระ o และ e หากสระประกอบด้วย i และ u ให้/เครื่องหมายกำกับเสียงวรรณยุกต์บนสระตัวหลังสุด

汉字的历史

ประวัติศาสตร์ตัวอักษรจีน

汉字是记录汉语的书写符号系统，是世界上起源最早的文字之一。在漫长的历史中，汉字产生了甲骨文、金文、篆书、隶书、楷书、行书、草书等多种字体。其中最早的甲骨文是刻在龟甲和兽骨上的文字，距今已有三千多年的历史，甲骨文在当时已经算是相当成熟的文字了。

ตัวอักษรจีนเป็นระบบสัญลักษณ์ของการเขียนบันทึกภาษาจีน ยังเป็นหนึ่งในตัวอักษรที่เก่าแก่ที่สุดของโลก ใประวัติศาสตร์อันยาวนาน ตัวอักษรจีนได้ผลิตรูปแบบตัวอักษรออกมาเป็นจำนวน มาก เช่น 甲骨文 เจี๋ยกู่เหวิน 金文 จินเหวิน 篆书 จ้วนซู 隶书 ลี่ซู 楷书 ข่ายซู 行书 สิงซู และ 草书 เฉ่าซู ในจำนวนนั้นรูปแบบตัวอักษรจีนที่เก่าแก่ที่สุดคือ เจี๋ยกู่เหวิน ซึ่งมีการ แกะสลักตัวอักษรไว้บนกระดองเต่าและกระดูกสัตว์มีประวัaติศาสตร์ที่ยาวนานถึง 3000 กว่าปี ซึ่งในสมัยนั้นถือว่าเป็นอักษรนิยมใช้กันแล้ว

在下面的方格中仿写不同字体的汉字。

เขียนอักษรจีนที่มีรูปแบบที่แตกต่างกันในตารางด้านล่าง

		人	人

		山	山

第八课　汉语课
วิชาภาษาจีน

基本词语 คำศัพท์พื้นฐาน 042

tīng
ฟัง

shuō
พูด

dú
อ่าน

xiě
เขียน

Hànzì
ตัวอักษรจีน

Hànyǔ
ภาษาจีน

汉字的笔画 2 ลำดับเส้นขีดตัวอักษรจีน 2

我们已经认识了汉字中的四个基本笔画，“一”“丨”“丿”“㇏”。下面我们来学习另外四个笔画：

ครั้งก่อนพวกเราก็ได้รู้จักกับเส้นขีดพื้นฐาน 4 ประเภทของตัวอักษรจีนไปแล้ว นั่นก็คือ เส้นที่ตรงแนวนอน เส้นตรงแนวตั้ง เส้นที่ลากไปทางซ้าย และเส้นลากไปทางขวา วันนี้พวกเรามารู้จักกับส่วนประกอบพื้นฐาน 4 รูปแบบอื่น ๆ กัน

㇔ (diǎn) จุด　㇀ (tí) เส้นยกขึ้น　㇕ (héngzhé) เส้นหักมุม　㇚ (shùgōu) เส้นตะขอ

一 汉字练习 ฝึกหัดตัวอักษรจีน

1\. 猜猜下列笔画的名称　ลองทายดูว่าลำดับขีดนี้มีชื่อเรียกว่าอะไร

㇄	㇖	㇆	㇇

2\. 书写下列笔画　คัดเส้นขีดดังต่อไปนี้

㇔														

㇀

㇕

㇖

亅

㇆

3. 看老师写汉字，并说出笔画名称　ดูคุณครูเขียนตัวอักษรจีนแล้วจงเรียกชื่อเส้นขีด

中 你 们 我

4. 找一找，下面每组中的两个汉字有什么不同
ลองหาความแตกต่างระหว่างตัวอักษรจีน 2 ตัวในแต่ละกลุ่ม

① 于 干　　② 千 干　　③ 天 夭

二 拼音练习 ฝึกฝนพินอิน

1. 写出听到的声母的标号，并读一读　เขียนพยัญชนะที่ได้ยิน และอ่านออกเสียง　043

① j　② q　③ x　④ zh　⑤ ch　⑥ sh

__ī__ǎng สนามบิน　　__īguā แตงโม　　__ídào มาสาย

__í__iān เจ็ดพัน　　dōng__i สิ่งของ　　__ǐ__uáng ตื่นนอน

2. 听录音，写声调，然后读一读　ฟังเทปและเขียนวรรณยุกต์จากนั้นฝึกอ่าน　044

① ya(ia)　② yan(ian)　③ yang(iang)　④ yao(iao)　⑤ ye(ie)

⑥ yi(i)　⑦ yin(in)　⑧ ying(ing)　⑨ you(iou)　⑩ yong(iong)

การออกเสียงจะออกเป็นเสียง i และจะใช้พยัญชนะ y เป็นพยัญชนะต้นเมื่อข้างหน้า i ไม่มีพยัญชนะหลัก เช่น yin แต่ถ้าหลังพยัญชนะ i มีสระมากกว่าสองตัว i จะเปลี่ยนเป็น yiang เช่น yang เปลี่ยนเป็น

3. 朗读下列音节　อ่านเสียงพยางค์ดังต่อไปนี้ 045

yīn
ท้องฟ้ามืดครึ้ม

yáng
แพะ

yī
หนึ่ง

yǐzi
เก้าอี้

yīfu
เสื้อผ้า

yīshēng
หมอ

yóu yǒng
ว่ายน้ำ

diànyǐng
ภาพยนตร์

北京奥运会体育图标
สัญลักษณ์ของกีฬาโอลิมปิคที่ปักกิ่ง

除了精彩的比赛，每一届奥运会还会设计体现主办国文化特点的体育图标。2008 年北京奥运会的体育图标是以汉字篆书笔画为基本形式，把中国古代汉字的象形特点和现代图形的简化特征结合起来创作的。既有运动的美感，又蕴含着中国历史文化的特点，同时也符合体育图标易识别、易记忆、易使用的要求。

การแข่งกีฬาโอลิมปิคทุกครั้งนอกจากจะมีการแข่งกันที่น่าสนใจ ยังมีสัญลักษณ์กีฬาที่แสดงถึงวัฒนธรรมของประเทศเจ้าภาพอีกด้วย ในปี 2008 สัญลักษณ์ของกีฬาโอลิมปิคที่ปักกิ่งมีตัวอักษรจีนประเภทที่เรียกว่า จ้วนซูเป็นสัญลักษณ์พื้นฐาน นำเอาลักษณะพิเศษของตัวอักษรจีนสมัยโบราณและลักษณะพิเศษของตัวอักษรสมัยใหม่แบบย่อ ผสมผสานกันโดยมีความสวยงามของกีฬาและแฝงไว้ซึ่งลักษณะพิเศษของวัฒนธรรมและประวัติศาสตร์ของประเทศจีน สัญลักษณ์การกีฬายังสามารถแยกได้ง่าย จำง่าย และใช้ง่ายอีกด้วย

猜一猜 มาทายกัน

猜猜下面这些像汉字的图标分别代表什么运动项目。

ลองทายสัญลักษณ์กีฬาทางด้านล่าง แยกว่าสัญลักษณ์ไหนเป็นกีฬาประเภทไหน

lánqiú
篮球
บาสเก็ตบอล

zìxíngchē
自行车
ปั่นจักรยาน

yóu yǒng
游泳
ว่ายน้ำ

yǔmáoqiú
羽毛球
แบตมินตัน

zúqiú
足球
ฟุตบอล

tiánjìng
田径
กีฬาประเภทลู่และลาน

第九课 颜色
สี

基本词语 คำศัพท์ 046

hóngsè	lǜsè	hēisè	báisè	lánsè	huángsè	zǐsè
สีแดง	สีเขียว	สีดำ	สีขาว	สีฟ้า	สีเหลือง	สีม่วง

汉字的笔顺 1 ลำดับขีดของตัวอักษรจีน 1

无论是书写独体字还是合体字，汉字笔画的书写都应该按照一定的顺序，这就是笔顺。本课先学习以下四种笔顺规则：

ในส่วนของตัวอักษรเดี่ยวและตัวอักษรประสมการเขียนลำดับขีดตัวอักษรนั้นควรเขียนตามลำดับที่แน่ชัดสำหรับบทเรียนบทนี้ พวกเราจะได้เรียนรู้หลักการเขียนลำดับขีดตัวอักษรจีน 4 แบบก่อน

1. 先“一”后“丨”。例如：十。ลากเส้นขวางก่อนแล้วจึงลากเส้นตั้งเช่น 十
2. 先“丿”后“㇏”。例如：人。เขียนลากเส้นไปทางซ้ายก่อนแล้วจึงเขียนลากเส้นไปทางขวาเช่น 人
3. 从上到下。例如：二。เขียนจากด้านบนลงมาด้านล่างเช่น 二
4. 从左到右。例如：川。เขียนจากด้านซ้ายไปด้านขวาเช่น 川

一 汉字练习 ฝึกหัดตัวอักษรจีน

1. 按笔顺说出下列汉字中笔画的名称
จงบอกชื่อประเภทขีดตัวอักษรจีนของคำที่กำหนดให้ต่อไปนี้ตามลำดับขีดของตัวอักษรจีน

什	不	六	大	夫

2. 仿照例字，按笔顺书写下面的汉字
ดูตัวอย่างและเขียนตัวอักษรจีนที่กำหนดต่อไปนี้ตามลำดับขีดตัวอักษรจีน

们	ノ	亻	亻	们	们

我	ノ	二	于	手	扌	我	我

二 拼音练习 ฝึกฝนพินอิน

1. 朗读下列音节　อ่านเสียงพยางค์ดังต่อไปนี้ 047

① ér　② ěr　③ èr

④ érzi ลูกชาย　⑤ ěrduo หู　⑥ èrshí ยี่สิบ　⑦ nǚ'ér ลูกสาว　⑧ mù'ěr เห็ดหูหนู

2. 朗读下列音节，注意儿化　จงสังเกตเสียงเอ๋อฮว่า ฝึกอ่านพยางค์ต่อไปนี้ 048

① gēr　② huār　③ pír　④ zhīr　⑤ jiānr　⑥ ménr　⑦ yìnr

> เสียงเอ๋อฮว่า 儿化 (-r) จะออกเสียง ต่างกันเมื่ออยู่ข้างหลังพยัญชนะที่ต่างกัน จงสังเกตและทำความ เข้าใจละเอียด

3. 听一听，把儿化的音找出来，加上 "r" 049
ฝึกฟังและสังเกตหาตำแหน่งเสียงเอ๋อฮว่า อ่านออกเสียงโดยให้มีเสียงเอ๋อฮว่า

① xiǎo niǎo　② zhǐ hé　③ xióngmāo　④ yǒuqù

⑤ xiǎohái　⑥ fànguǎn　⑦ mìfēng　⑧ diànyǐng

4. 朗读下列音节，注意“ü”的用法　ฝึกอ่านการใช้ “ü” 050

ü—yu

üe—yue

üan—yuan

ün—yun

เมื่อเรานำเสียง ü มาเป็นเสียงพยัญชนะต้น ü จะเปลี่ยนเป็น yu เช่น üan เปลี่ยนเป็น yuan เสียง ü สามารถออกเสียงพยัญชนะต้นได้เพียงแค่ ü　üe　üan　ün และจะเปลี่ยนเป็น yu　yue　yuan　yun

5. 朗读下列音节　อ่านเสียงพยางค์ดังต่อไปนี้ 051

yuè
พระจันทร์

yǔ
ฝน

yuán
กลม

Hànyǔ
ภาษาจีน

yùndòng
กีฬา

yīyuàn
โรงพยาบาล

中国印

ตราประทับจีน

右边这张图是 2008 年北京奥运会会徽“中国印·舞动的北京”，其中上部的图案看起来像一个奔跑舞动的人，其实它是由“北京”的“京”字变化而来的，象征北京热情地舞动双手欢迎各国人民来参加奥运盛会，也象征各国运动员在北京努力拼搏、庆祝胜利。同时，它还是中国传统的印章的样子。

รูปภาพด้านล่างนี้คือสัญลักษณ์ของงานกีฬาโอลิมปิคที่กรุงปักกิ่งเมื่อปี 2008มีชื่อว่า “ตราประทับจีนปักกิ่งร่ายรำ” รูปภาพส่วนหนึ่งเหมือนคนกำลังวิ่งและร่ายรำ แท้จริงแล้วดัดแปลงมาจากคำว่า “京”ของ “北京” เสมือนเมืองปักกิ่งกำลังวิ่งอ้าแขนต้อนรับนักกีฬาทุกชาติมาร่วมในกีฬาโอลิมปิคในครั้งนี้ การจัดงานประชุมกีฬาขนาดใหญ่ในครั้งนี้ เหมือนกับนักกีฬาจากทุกประเทศที่ได้พยายามแข่งขันกันอย่างเต็มที่และเฉลิมฉลองชัยชนะ ในขณะเดียวกันยังเป็นรูปแบบของตราประทับโบราณของประเทศจีนอีกด้วย

做一做 ลองทำดู

请试着用橡皮做一枚漂亮的奥运中国印。先按照橡皮的大小在纸上描出这个印的图形，在墨水未干之前把橡皮盖上去，图形的印迹就留在橡皮上了。然后用小刀沿着印迹把印刻出来。把你的中国印盖在书和本子上吧。

ลองนำยางลบมาทำเป็นตราสัญลักษณ์การแข่งกีฬาโอลิมปิคที่สวยงาม เริ่มแรกตามวาดสัญลักษณ์ของตราประทับให้พอดีกับนาดของยางลบ ก่อนหมึกดำจะแห้งให้นำยางลบวางทับลงไป รอยประทับก็จะอยู่บนยางลบแล้ว จากนั้นสามารถนำมีดเล็กๆ แกะสลักตามรอยจะได้เป็นตราประทับออกมา เมื่อแกะสลักเสร็จแล้วสามารถนำตราประทับนนี้มาประทับบนหนังสือบนสมุดหรือบนโต๊ะได้

第十课 中国的国宝大熊猫
หมีแพนด้า สมบัติประจำชาติจีน

一 说出下列词语 พูดคำศัพท์ของภาพด้านล่างนี้

二 听一听 ฝึกฟัง 052

判断下列音节与录音是否一致，一致画笑脸，不一致画哭脸。

พิจารณาพยางค์ที่ให้มาว่าเขียนถูกต้องหรือไม่ ถ้าถูกต้องวาดหน้ายิ้ม ไม่ถูกต้องวาดหน้าร้องไห้

1. xuéxiào 2. fànkuǎn 3. míngtián 4. jiěmèi 5. suíguǒ

6. xiūji 7. shǒuqī 8. kuàirè 9. hěn yuán 10. kùnlǎn

三 宾果游戏 เกมบิงโก

教师朗读音节，学生在相应的音节上画圈，将五个音节连成直线后请立刻喊出“Bingo”，并举手示意。

เมื่อคุณครูอ่านออกเสียงแล้วให้นักเรียนวงกลมเสียงที่ได้ยิน เมื่อวงกลมได้ครบ 5 คำเรียงต่อกัน ให้ยกมือแล้วตะโกนบอกว่า“บิงโก”

jiā	diǎn	mào	wài	zì
shàng	cài	chuán	néng	lěi
yào	xiào	hóng	kuài	jìn
màn	lěng	xiàng	lí	jiù
qīng	suì	rè	cuò	wèn

汉字的笔顺 2 ลำดับขีดของตัวอักษรจีน 2

之前我们学习了书写汉字时的四种笔顺规则，本课我们学习另外三种书写规则：

บทเรียนบทที่แล้วพวกเราได้เรียนรู้หลักการเขียนลำดับขีดตัวอักษรจีนไปแล้ว 4 แบบสำหรับบทเรียน บทนี้พวกเราจะได้เรียนรู้หลักการเขียนอีก 3 แบบ

1. 从外到内。例如：丿 几 月 月

   เขียนข้างนอกก่อนแล้วจึงเขียนข้างใน เช่น 月

2. 从外到内后封口。例如：丨 冂 冂 冃 冃 国 国 国

   เขียนข้างในก่อนแล้วจึงเขียนปิด เช่น 国

3. 先中间后两边。例如：亅 小 小

   เขียนตรงกลางก่อนแล้วจึงเขียนด้านซ้ายและด้านขวา เช่น 小

四 汉字练习 ฝึกหัดตัวอักษรจีน

1. 按笔顺说出下列汉字中笔画的名称

   จงบอกชื่อ ประเภทขีด เส้นขีดตัวอักษรจีนของคำที่กำหนดให้ต่อไปนี้ตามลำดับขีดของตัวอักษรจีน

同	日	水	你

2. 仿照例字，按笔顺书写下面的汉字

   ดูตัวอย่างและเขียนตัวอักษรจีนที่กำหนดให้ต่อไปนี้ตามลำดับขีดของตัวอักษรจีน

有	一	ナ	冇	有	有	有

是	丨	冂	日	日	旦	早	早	昇	是

水	亅	刀	水	水

中国的国宝大熊猫
หมีแพนด้า สมบัติประจำชาติจีน

大熊猫是中国特有的珍稀动物，有“中国国宝”之称。全世界只有2000多只大熊猫，大部分生活在四川盆地及中国中西部山区。大熊猫长着黑白相间的毛，体态丰腴，非常可爱，深受世界各国人民的喜爱。中国培育的大熊猫被送往世界各地的动物园，加深了中国与其他国家的了解和友谊，因而大熊猫也被称为中国的“友好大使”。

หมีแพนด้า มีอีกชื่อหนึ่งว่าหมีแมวความหมายคือ หมีที่เหมือนแมว แพนด้าเป็นสัตว์ที่หายากและมีเฉพาะในประเทศจีน รู้จักกันในนาม “สมบัติล้ำค่าของประเทศจีน” ทั้งโลกนี้มีอยู่เพียงแค่ 2,000 กว่าตัวเท่านั้น ส่วนใหญ่อาศัยอยู่ในมณฑลเสฉวนและเขตภูเขาตอนกลาง-ตะวันตก แพนด้ามีขนสีดำและสีขาวสลับกัน มีลักษณะอ้วนๆ น่ารักๆ เป็นที่ชื่นชอบของคนทั้งโลก ประเทศจีนเพาะเลี้ยงแพนด้าและส่งให้สวนสัตวในประเทศต่างๆ มากมาย เพื่อเป็นการกระตุ้นและส่งเสริมความเป็นมิตรและ เข้าใจซึ่งกันและกันระหว่างประเทศจีนและมิตรประเทศ ด้วยเหตุนี้จึงถูกขนานนามว่าเป็น“ทูตสันถวไมตรี” ของประเทศจีน

请为大熊猫涂色，并在周围画上它最喜欢的食物。

ระบายสีแพนด้า และวาดภาพอาหารที่แพนด้าชอบกินไว้รอบๆ

3 初次见面
เจอกันครั้งแรก

单元教学内容 เนื้อหาบทเรียน

交际功能 ทักษะการใช้ภาษา	1. 询问、介绍姓名 สอบถามและแนะนำชื่อ-สกุล 2. 询问、介绍国籍 สอบถามและแนะนำสัญชาติ 3. 询问、介绍处所或所在地 สอบถามและแนะนำสถานที่หรือที่อยู่	
语音 การออกเสียง	1. "不" 的变调 การผันเสียงของ "不" 2. r/l 的辨别 ความแตกต่างระหว่าง r/l	
汉字 ตัวอักษรจีน	汉字的笔画 3 ลำดับเส้นขีดตัวอักษรจีน 3	
词语 คำศัพท์	基本词语 คำศัพท์พื้นฐาน	第 11 课 你 我 他 们 名字 中国 北京 泰国 曼谷 第 12 课 好 叫 什么 第 13 课 是 人 吗 不 第 14 课 家 在 哪儿 呢
	扩展词语 คำศัพท์เพิ่มเติม	第 13 课 新加坡 越南 马来西亚
语言点 ไวยากรณ์	1. 你好！ 2. 你叫什么名字？ 3. 你们是中国人吗？ 4. 我们不是中国人。 5. 我们是泰国人。 6. 你家在哪儿？ 7. 我家在曼谷。你家呢？	
文化 วัฒนธรรม	中国人的姓名 ชื่อและนามสกุลของคนจีน	

第十一课 词语
คำศัพท์

基本词语 คำศัพท์พื้นฐาน 053

nǐ 你 เธอ	wǒ 我 ฉัน	tā 他 เขา
men 们 พวก (คำช่วยเสริม)	míngzi 名字 ชื่อ	Zhōngguó 中国 ประเทศจีน
Běijīng 北京 ปักกิ่ง	Tàiguó 泰国 ประเทศไทย	Màngǔ 曼谷 กรุงเทพฯ

一 听录音，写声调，然后读一读
ฟังเทปและเขียนวรรณยุกต์จากนั้นฝึกอ่าน 054

1. wo
2. ni
3. ta
4. men
5. mingzi
6. women
7. tamen
8. nimen
9. Beijing
10. Zhongguo
11. Taiguo
12. Mangu

二 词语认读 ฝึกอ่านคำศัพท์

例 ตัวอย่าง:

ชื่อ	míngzi	名字

三 比一比谁认得快 มาแข่งกันว่าใครเร็วกว่ากัน

记住本课词语的意思、读音、字形，然后根据老师的要求比赛。

จำความหมาย เสียงอ่าน วิธีการเขียนของคำศัพท์ในบทนี้ เริ่มแข่งขันโดยฟังคำสั่งจากคุณครู

四 词语连线，然后读一读 โยงเส้นจับคู่คำพร้อมฝึกอ่าน

wǒ	你	พวกเขา
nǐ	我	ชื่อ
tā	他	ปักกิ่ง
Zhōngguó	他们	เธอ
tāmen	名字	ประเทศจีน
Màngǔ	中国	ฉัน
míngzi	泰国	กรุงเทพฯ
Tàiguó	北京	เขา
Běijīng	曼谷	ประเทศไทย

五 做一做 ลองทำดู

制作本课词语卡片。ทำบัตรคำศัพท์ในบทเรียน

例 ตัวอย่าง :

第十二课　你叫什么名字
คุณชื่ออะไร

基本词语 คำศัพท์พื้นฐาน 055

hǎo	jiào	shénme
好	叫	什么
ดี	ชื่อ, เรียก	อะไร

课文 บทเรียน 056

Wáng Xiǎowěi: Nǐ hǎo! Nǐ jiào shénme míngzi?
王　小伟：你好！你 叫 什么 名字？

Mǎnà: Wǒ jiào Mǎnà. Nǐ jiào shénme míngzi?
玛　纳：我 叫 玛纳。你 叫 什么 名字？

Wáng Xiǎowěi: Wǒ jiào Wáng Xiǎowěi.
王　小伟：我 叫 王 小伟。

一 词语认读 ฝึกอ่านคำศัพท์

例 ตัวอย่าง:

อะไร	shénme	什么

二 词语连线，然后读一读 โยงเส้นจับคู่คำพร้อมฝึกอ่าน

jiào	你	อะไร
hǎo	我	เธอ
nǐ	好	ฉัน
wǒ	叫	ชื่อ,เรียก
míngzi	什么	ชื่อ
shénme	名字	ดี

三 学句子 เรียนรู้ประโยค

Nǐ hǎo!
1. 你 好!

"你好" 用来打招呼。

"你好" ใช้สำหรับการทักทาย

① A：你好！(Nǐ hǎo!)
B：你好！(Nǐ hǎo!)

② A：你好！阿披查。(Nǐ hǎo! Āpīchá.)
B：你好！王 小伟。(Nǐ hǎo! Wáng Xiǎowěi.)

Nǐ jiào shénme míngzi?
2. 你 叫 什么 名字?

"……叫什么名字" 用来询问姓名。答语是 "……叫……"。

"…叫什么名字" ใช้สำหรับถามชื่อ-นามสกุล วิธีการตอบคือ …叫…

Nǐ jiào shénme míngzi?
① A：你 叫 什么 名字?

Wǒ jiào Āpīchá.
B：我 叫 阿披查。

Tā jiào shénme míngzi?
② A：他 叫 什么 名字?

Tā jiào Mǎnà.
B：他 叫 玛纳。

四 看图完成句子 ดูภาพและเติมประโยคให้สมบูรณ์

例 ตัวอย่าง：

Wǒ jiào Mǎnà.
我 叫 玛纳。

Liú Dōng
1. 刘 冬

____

Lǐ Jīngjing
2. 李 晶晶

____

Nítǎyà
3. 妮塔亚

____

五 看图完成对话 ดูภาพและเติมบทสนทนาต่อไปนี้ให้สมบูรณ์

例 ตัวอย่าง:

Chūnlādá: Nǐ hǎo! Nǐ jiào shénme míngzi?
春拉达：你好！你叫什么名字？

Āpīchá : Wǒ jiào Āpīchá.
阿披查：我叫阿披查。

Wáng Xiǎowěi Mǎnà
1. 王 小伟 玛纳

A: ____________________

B: ____________________

Wáng Xiǎowěi Chūnlādá
2. 王 小伟 春拉达

A: ____________________

B: ____________________

六 听录音，完成对话，然后读一读
ฟังเทป เติมบทสนทนาให้สมบูรณ์พร้อมฝึกอ่าน

057

王小伟：______________！你叫什么名字？

玛　纳：我叫玛纳。____________________？

王小伟：我叫王小伟。

七 找朋友 หาเพื่อน

学生面对面围成内外两个圈，音乐响时按相反的方向转动。音乐停时，和自己对面的同学用课文中的句子对话。

นักเรียนจัดแถวเป็นวงกลมสองวง วงในและวงนอกหันหน้าเข้าหากัน เมื่อเพลงดังขึ้นให้นักเรียนหันไปในทางตรงกันข้าม เมื่อเพลงหยุด ให้ใช้ประโยคที่อยู่ในบทเรียนสนทนากับคนที่อยู่ข้างหน้า

第十三课　我们是泰国人
พวกเราเป็นคนไทย

基本词语 คำศัพท์พื้นฐาน 058

shì	rén	ma	bù
是	人	吗	不
เป็น	คน	ไหม	ไม่

扩展词语 คำศัพท์เพิ่มเติม 059

Xīnjiāpō	Yuènán	Mǎláixīyà
新加坡	越南	马来西亚
สิงคโปร์	เวียดนาม	มาเลเซีย

课文 บทเรียน 060

Wáng Xiǎowěi: Nǐmen shì Zhōngguó rén ma?

王　小伟：你们 是 中国 人 吗？

Āpīchá : Wǒmen bú shì Zhōngguó rén, wǒmen shì Tàiguó rén.

阿 披 查：我们 不 是 中国 人，我们 是 泰国 人。

一 词语认读 ฝึกอ่านคำศัพท์

例 ตัวอย่าง:		
คน	rén	人

二 词语连线，然后读一读 โยงเส้นจับคู่คำพร้อมฝึกอ่าน

wǒmen	是	พวกเรา
shì	人	ประเทศจีน
nǐmen	不	เป็น
rén	泰国	ไม่
bù	中国	ประเทศไทย
Tàiguó	你们	คน
Zhōngguó	我们	พวกเธอ

三 学句子 เรียนรู้ประโยค

Nǐmen shì Zhōngguó rén mā?
1. 你们 是 中国 人 吗？

"……吗" 用在陈述句后，表示疑问。

"……吗" วางไว้หลังประโยคบอกเล่า แสดงถึงการถามคำถาม

Nǐ jiào Wáng Xiǎowěi ma?
① A：你 叫 王 小伟 吗？

Duì, wǒ jiào Wáng Xiǎowěi.
B：对，我 叫 王 小伟。

Nǐ shì Zhōngguó rén ma?
② A：你 是 中国 人 吗？

Bú shì, wǒ shì Tàiguó rén.
B：不 是，我 是 泰国 人。

Wǒmen bú shì Zhōngguó rén, wǒmen shì Tàiguó rén.

2. 我们 不是 中国 人，我们 是 泰国 人。

“是……（国）人” 用来说明国籍。否定句用 “不是……（国）人”。

“是……（国）人” ใช้สำหรับการบอกสัญชาติ ประโยคปฏิเสธจะใช้ “不是……（国）人”

Wǒ shì Tàiguó rén.

① 我 是 泰国 人。

Tā bú shì Zhōngguó rén.

② 他 不 是 中国 人。

四 看图完成句子 ดูภาพและเติมประโยคให้สมบูรณ์

1. 他________中国人。

2. 她________中国人。

3. 他________泰国人。

4. 他是________人。

5. 他是________人。

6. 她是________人。

五 看图完成对话 ดูภาพและเติมบทสนทนาต่อไปนี้ให้สมบูรณ์

例 ตัวอย่าง:

Tā jiào Mǎnà ma?
A：他叫 玛纳 吗？

Bù， tā bú jiào Mǎnà， tā jiào Wáng Xiǎowěi.
B：不，他不叫 玛纳，他叫 王 小伟。

1. A：他叫张娜吗？

B：________________。

2. A：他叫王小伟吗？

B：________________。

3. A：她是中国人吗？

B：________________。

4. A. 他是泰国人吗？

B：________________。

六 听录音，完成对话，然后读一读
ฟังเทป เติมบทสนทนาให้ถูกต้องพร้อมฝึกอ่าน 061

A：你是泰国人________？

B：我________泰国人，我是________。

七 比默契 เกมส์รู้ใจ

教师准备两组卡片，分别写有国家和人名，学生两人一组，分别抽取卡片，教师根据卡片问全班同学：……是……人吗？如人名与国家匹配成功，则该组获得笑脸一枚。

คุณครูเตรียมบัตรคำ2หมวดหมู่ แบ่งเป็นประเทศกับชื่อบุคคล แบ่งนักเรียนออกเป็นกลุ่มละ2คน คุณครูสุ่มหยิบบัตรคำออกมาและถามนักเรียนแต่ละกลุ่มว่า …是…人吗? ถ้าชื่อคนกับประเทศสัมพันธ์กัน กลุ่มนั้นจะได้รับหน้ายิ้ม1หน้า

Mǎláixīyà rén
马来西亚人

Tàiguó rén
泰国人

第十四课　我家在曼谷
บ้านของฉันอยู่ที่กรุงเทพ

基本词语 คำศัพท์พื้นฐาน 062

jiā	zài	nǎr	ne
家	在	哪儿	呢
บ้าน	อยู่ที่	ที่ไหน	ล่ะ

课文 บทเรียน 063

Wáng Xiǎowěi: Nǐ jiā zài nǎr?
王　小伟：你家在哪儿？

Mǎnà : Wǒ jiā zài Màngǔ. Nǐ jiā ne?
玛　纳：我家在曼谷。你家呢？

Wáng Xiǎowěi: Wǒ jiā zài Běijīng.
王　小伟：我家在北京。

一 词语认读 ฝึกอ่านคำศัพท์

例 ตัวอย่าง:		
บ้าน	jiā	家

二 词语连线，然后读一读 โยงเส้นจับคู่คำพร้อมฝึกอ่าน

wǒ	家	ฉัน
jiā	在	ที่ไหน
nǐ	哪儿	ล่ะ
zài	呢	เธอ
nǎr	你	อยู่ที่
ne	我	บ้าน

三 学句子 เรียนรู้ประโยค

Nǐ jiā zài nǎr?
1. 你家在哪儿？

"……在哪儿"常用来询问所在地。回答是"……在……"。

"……在哪儿" มักจะใช้ถามถึงที่อยู่ เมื่อตอบให้ใช้ว่า "……在……"。

① A：Nǐ jiā zài nǎr?
你家在哪儿？
B：Wǒ jiā zài Màngǔ.
我家在曼谷。

② A：Wáng Xiǎowěi jiā zài nǎr?
王小伟家在哪儿？
B：Wáng Xiǎowěi jiā zài Běijīng.
王小伟家在北京。

Wǒ jiā zài Màngǔ. Nǐ jiā ne?

2. 我家在曼谷。你家呢?

"……呢" 用来询问与前面相同的问题。

"……呢" ใช้ถามคำถามที่สอดคล้องกันกับเรื่องราวก่อนหน้า

①

Nǐ jiào shénme míngzi?

A: 你叫什么名字?

Wǒ jiào Mǎnà. Nǐ ne?

B: 我叫玛纳。你呢?

Wǒ jiào Āpīchá.

A: 我叫阿披查。

②

Nǐ shì Tàiguó rén ma?

A: 你是泰国人吗?

Wǒ shì Tàiguó rén. Nǐ ne?

B: 我是泰国人。你呢?

Wǒ shì Zhōngguó rén.

A: 我是中国人。

四 看图完成对话 ดูภาพและเติมบทสนทนาต่อไปนี้ให้สมบูรณ์

例 ตัวอย่าง:

Nǐ jiā zài nǎr?

A: 你家在哪儿?

Wǒ jiā zài Màngǔ.

B: 我家在曼谷。

Běijīng

北京

ปักกิ่ง

1. A: ________________________?

B: ________________________。

Shànghǎi

上海

เซี่ยงไฮ้

2. A: ________________________?

B: ________________________。

Xiānggǎng

香港

ฮ่องกง

3. A: ________________________?

B: ________________________。

五 看图完成对话 ดูภาพและเติมบทสนทนาต่อไปนี้ให้สมบูรณ์

1. 王小伟：我家在北京。你家呢？

   玛　纳：我家在__________。

2. 王小伟：我是中国人。你呢？

   玛　纳：______________。

3. 王小伟：你好，我叫王小伟，你呢？

   春拉达：____________________。

六 读课文，回答问题 อ่านบทเรียนและตอบคำถาม

1. 王小伟家在哪儿？
2. 玛纳家呢？

七 认识新朋友 รู้จักเพื่อนใหม่

击鼓传花，音乐停止时，正在传递花束的两名学生表演对话，互相询问对方的姓名和家庭住址等。

ส่งต่อดอกไม้เมื่อได้ยินเสียงกลอง เมื่อเพลงหยุด นักเรียน2คนที่กำลังถือดอกไม้ต้องแสดงบทสนทนา ถามถึงชื่อ-สกุลและที่อยู่ของกันและกัน

第十五课　语音与汉字1
การออกเสียงและตัวอักษรจีน 1

一 听录音，写声调，总结“不”的音变规律
ฟังเทปเขียนเสียงวรรณยุกต์ พร้อมสรุปหลักการผันเสียงคำว่า “ 不 ” 064

bu tīng　bu xué

bu hǎo　bu shì

หาก “ 不 ” นำหน้าคำที่ออกเสียง 4 จะเปลี่ยนเสียงเป็นเสียง 2 แต่หากนำหน้าคำที่ออกเสียงอื่น “ 不 ” จะออกเสียง 4 ตามปกติ

二 听录音，写出“不”的声调 ฟังเทป กำกับวรรณยุกต์ “ 不 ” 065

1. bu hēi　2. bu jí　3. bu xiǎng　4. bu yuǎn　5. bu shì

6. bu dà　7. bu jiǔ　8. bu zhèng　9. bu tián　10. bu là

三 听录音，写声母，然后读一读 ฟังเทป เติมพยัญชนะให้ถูกต้องพร้อมฝึกอ่าน 066

1. __ù　2. __àng　3. __ái　4. __è　5. __ěng

6. nǚ__én　7. __ǎoshī　8. shēng__ì　9. __ènshi　10. __àjiāo

汉字的笔画 3 ลำดับเส้นขีดตัวอักษรจีน 3

前面我们学习过笔画“丨”“㇀”。在汉字中，这些笔画也可以组合在一起，形成复合笔画。本课我们学习下面五个笔画：

ในบทที่แล้วเราเรียนได้“ 丨 ” “ ㇀ ”ในภาษาจีน ลำดับขีดพวกนี้ สามารถนำมารวมกันได้ กลายเป็นลำดับขีดที่สลับซับซ้อน ในบทนี้เราจะมาเรียนลำดับขีดอีก 5 ตัวคือ

𠄌（shùtí）เส้นตั้งงอขวา　㇖（hénggōu）เส้นตั้งงอซ้าย　㇗（shùzhé）เส้นตั้งหักขวา

㇄（shùwān）เส้นตั้งงอขวา　㇟（shùwāngōu）เส้นตั้งขวางงอขึ้น

四 汉字练习 ฝึกหัดตัวอักษรจีน

1. 按笔顺说出下列汉字中笔画的名称

   จงบอกชื่อประเภทขีดตัวอักษรจีนของคำที่กำหนดให้ต่อไปนี้ตามลำดับขีดของตัวอักษรจีน

   很 你 北 四 口 山 医

2. 猜猜下列笔画的名称 ทายดูว่าลำดับขีดด้านล่างเรียกว่าอะไร

   ㇉ ㇉

3. 书写下列笔画 คัดเส้นขีดดังต่อไปนี้

   ㇙

   ㇖

   ㇗

   ㇄

   ㇟

   ㇉

第十六课　中国人的姓名
ชื่อและนามสกุลของคนจีน

一　朗读词语 อ่านคำศัพท์

你　　我　　他　　们　　人　　家　　呢

叫　　好　　是　　不　　在　　吗　　名字

什么　　哪儿　　中国　　北京　　泰国　　曼谷

二　根据画线部分提问 ตั้งคำถามจากคำที่ขีดเส้นใต้

1. 我叫王小伟。

2. 我家在北京。

三　听录音，完成对话，然后读一读
ฟังเทป เติมบทสนทนาให้ถูกต้องพร้อมฝึกอ่าน　067

A：____________！

B：你好！

A：____________？

B：我叫____________。你叫什么名字？

A：我叫____________。

B：你______________________？

A：我不是中国人，我是____________。

B：你家在哪儿？

A：我家在曼谷。____________？

B：我家在____________。

四 选择合适的词语完成句子 เลือกคำที่เหมาะสมเติมลงในประโยคให้สมบูรณ์

A. 什么　　B. 哪儿　　C. 呢　　D. 吗

1. 你叫__________名字？
2. 你家在__________？
3. 我家在曼谷，你家__________？
4. 你是中国人__________？
5. 王小伟是中国人，玛纳__________？
6. 他叫王小伟__________？
7. 玛纳家在曼谷__________？
8. 我叫王小伟，你__________？

五 做一张自己的名片 ให้นักเรียนประดิษฐ์นามบัตรของตัวเอง

你叫什么名字？ → _______________

你是中国人吗？ → _______________

你家在哪儿？ → _______________

中国人的姓名
ชื่อและนามสกุลของคนจีน

中国汉族人用汉字取名，其他民族的姓名也常常音译为汉字，也有些人为自己另取汉名。汉族人的姓名是姓在前名在后，一般以两个字或三个字最为常见。姓一般是一个字，也有两个字的姓。现在中国人使用最多的四个姓是李、王、张、刘。中国人的名字多数是由家中长辈起的，往往包含着长辈的希望和祝福。女孩子的名字常用“丽”“娜”（都有“漂亮”的意思）等字，男孩子的名字常用“伟”“龙”（都有“了不起”的意思）等字。

คนจีนชาวฮั่นใช้ตัวอักษรจีนมาตั้งเป็นชื่อ ส่วนชื่อของคนชนเผ่าอื่นๆ มักใช้การแปลเป็นอักษรจีนจากเสียงที่ใกล้เคียง บางคนก็ตั้งชื่อใหม่อีกชื่อหนึ่ง ชื่อของคนชาวฮั่นคือนามสกุลอยู่ข้างหน้าชื่ออยู่ข้างหลัง ปกติจะมีสองถึงสามตัวอักษร นามสกุลมักจะมีตัวอักษรเดียว นามสกุลสองตัวอักษรก็มีเช่นกัน นามสกุลของคนจีนที่ใช้มากที่สุดสี่อันดับแรกคือ 李、王、张、刘 ชื่อของคนจีนส่วนใหญ่ตั้งโดยพ่อแม่ญาติผู้ใหญ่ในบ้าน ความหมายของชื่อมักแฝงไปด้วยความหวังและคำอวยพร ชื่อของเด็กผู้หญิงนิยมใช้ตัว 丽 、娜 (ล้วนมีความหมายว่าสวย) ชื่อของเด็กผู้ชายมักมีตัวอักษร 伟、龙 (ล้วนมีความหมายว่าเก่งกาจ)

角色扮演 แสดงบทบาท

请看下面两位明星的档案，替他们向大家做个自我介绍，尽量使用以下句型：

ดูข้อมูลของดาราทั้งสองคนในภาพด้านล่าง เป็นตัวแทนของดาราทั้งสองแนะนำตัวเอง พยายามใช้คำว่า

我叫……

我是……

我不是……

我家在……

Fàn Bīngbīng

姓名（ชื่อ-สกุล）：范　冰冰

出生地（บ้านเกิด）：中国

家庭所在地（ที่อยู่）：北京

Mǎlǐ'ào

姓名（ชื่อ-สกุล）：马里奥

出生地（บ้านเกิด）：泰国

家庭所在地（ที่อยู่）：曼谷

4 我的信息
ข้อมูลของฉัน

单元教学内容 เนื้อหาบทเรียน

<table>
<tr><td>交际功能
ทักษะการใช้ภาษา</td><td colspan="3">1. 用"多大"询问年龄 ใช้" 多大 "สอบถามอายุ
2. 介绍自己的年龄 แนะนำอายุของตัวเอง
3. 用"也"表达相同情况 ใช้" 也 "แสดงถึงสถานการณ์ที่เหมือนกัน
4. 询问和表达日期 สอบถามและบอกวันที่
5. 用"多少"询问电话号码 ใช้" 多少 " สอบถามหมายเลขโทรศัพท์
6. 说明电话号码 บอกหมายเลขโทรศัพท์</td></tr>
<tr><td>语音
การออกเสียง</td><td colspan="3">1. u/ü 的辨别 ความแตกต่างระหว่าง u/ü
2. 一声与其他声调搭配 เมื่อวรรณยุกต์เสียง1ประกอบกับวรรณยุต์เสียงอื่น</td></tr>
<tr><td>汉字
ตัวอักษรจีน</td><td colspan="3">汉字的笔画 4 ลำดับเส้นขีดตัวอักษรจีน 4</td></tr>
<tr><td rowspan="5">词语
คำศัพท์</td><td rowspan="4">基本词语
คำศัพท์พื้นฐาน</td><td>第 17 课</td><td>零 一 二 三 四 五 六 七 八 九 十 百</td></tr>
<tr><td>第 18 课</td><td>多大 岁 也</td></tr>
<tr><td>第 19 课</td><td>的 生日 几 月 号</td></tr>
<tr><td>第 20 课</td><td>电话 号码 多少</td></tr>
<tr><td>扩展词语
คำศัพท์เพิ่มเติม</td><td>第 20 课</td><td>手机</td></tr>
<tr><td>语言点
ไวยากรณ์</td><td colspan="3">1. 你多大？
2. 我十二岁。
3. 我也十二岁。
4. 你的生日是几月几号？
5. 我的生日是十月一号。
6. 你的电话号码是多少？</td></tr>
<tr><td>文化
วัฒนธรรม</td><td colspan="3">中国的数字文化 วัฒนธรรมตัวเลขของชาวจีน</td></tr>
</table>

第十七课　词语
คำศัพท์

基本词语 คำศัพท์พื้นฐาน 068

líng 零 ศูนย์	yī 一 หนึ่ง	èr 二 สอง	sān 三 สาม
sì 四 สี่	wǔ 五 ห้า	liù 六 หก	qī 七 เจ็ด
bā 八 แปด	jiǔ 九 เก้า	shí 十 สิบ	bǎi 百 ร้อย

一 听录音，写声调，然后读一读
ฟังเทปและเขียนวรรณยุกต์จากนั้นฝึกอ่าน 069

1. er　2. qi　3. yi　4. liu　5. ba　6. jiu
7. san　8. ling　9. bai　10. shi　11. wu　12. si

二 词语认读 ฝึกอ่านคำศัพท์

例 ตัวอย่าง:

หนึ่ง	yī	一

三 比一比谁认得快 มาแข่งกันว่าใครเร็วกว่ากัน

记住本课词语的意思、读音、字形，然后根据老师的要求比赛。

จำความหมาย เสียงอ่าน วิธีการเขียนของคำศัพท์ในบทนี้ เริ่มแข่งขันโดยฟังคำสั่งจากคุณครู

四 词语连线，然后读一读 โยงเส้นจับคู่คำพร้อมฝึกอ่าน

líng	一	สิบ
bǎi	二	แปด
èr	三	เก้า
yī	四	สาม
jiǔ	五	หนึ่ง
liù	六	ศูนย์
bā	七	หก
wǔ	八	เจ็ด
sān	九	ห้า
qī	十	สอง
sì	百	สี่
shí	零	ร้อย

五 看图数数 ดูรูปภาพและฝึกนับเลข

yī 一

èr 二

sān 三

sì 四

wǔ
五

liù
六

qī
七

bā
八

jiǔ
九

shí
十

六 做一做 ลองทำดู

制作本课词语卡片。　ทำบัตรคำศัพท์ในบทเรียน

例 ตัวอย่าง:

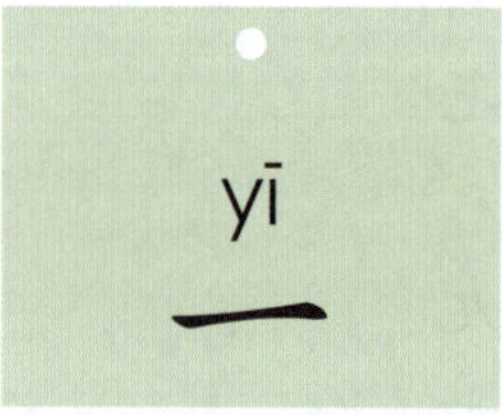

第十八课　我十二岁

ฉันอายุ12 ปี

基本词语 คำศัพท์พื้นฐาน 070

duō dà	suì	yě
多大	岁	也
(อายุ)เท่าไหร่	ขวบ ปี	ก็...ด้วยเหมือนกัน

课文 บทเรียน 071

Wáng Xiǎowěi: Nǐ duō dà?

王　小伟：你 多大？

Āpīchá　: Wǒ shí'èr suì.

阿 披 查：我 十二 岁。

Wáng Xiǎowěi: Wǒ yě shí'èr suì.

王　小伟：我 也 十二岁。

一 词语认读 ฝึกอ่านคำศัพท์

例 ตัวอย่าง:		
ขวบ ปี	suì	岁

二 词语连线，然后读一读 โยงเส้นจับคู่คำพร้อมฝึกอ่าน

suì	也	ขวบ ปี
duō dà	是	ก็...ด้วยเหมือนกัน
yě	多大	เท่าไร
shì	多少	คือ,เป็น
duōshao	岁	(อายุ)เท่าไหร่

三 学句子 เรียนรู้ประโยค

Nǐ duō dà?
1. A：你 多 大？

Wǒ shí' èr suì.
B：我十二岁。

“多大”常用来询问人的年龄，回答用“……岁”。

“ 多大 ”ขวบ ปีถามถึงอายุ เมื่อตอบกลับจะใช้ว่า“...... 岁 ”

Wáng Xiǎowěi duō dà?
A：王 小伟 多大？

Tā shí'èr suì.
B：他 12 岁。

Wǒ yě shí'èr suì.
2. 我 也十二 岁。

"也" 表示与前面的情况相同。

" 也 "แสดงถึงสถานการณ์ที่เหมือนกันกับเรื่องราวก่อนหน้านี้

Āpīchá shí'èr suì, wǒ yě shí'èr suì.
① 阿披查 十二 岁，我 也十二岁。

Tā jiā zài Màngǔ, wǒ jiā yě zài Màngǔ.
② 他 家 在 曼谷，我 家 也 在 曼谷。

四 听录音，完成对话 ฟังเทป เติมบทสนทนาให้ถูกต้อง 072

A：你多大？

B：我________。

五 看图完成对话 ดูภาพและเติมบทสนทนาต่อไปนี้ให้สมบูรณ์

（一）例 ตัวอย่าง：

Nǐ hǎo! Nǐ duō dà?
A：你好！你 多 大？

Wǒ shíwǔ suì.
B：我 十五 岁。

1. 3 岁

A：________________？

B：________________。

2. 16 岁

A：________________？

B：________________。

3. 25 岁

A: ________________?

B: ________________。

4. 27 岁

A: ________________?

B: ________________。

(二) 例 ตัวอย่าง:

Nǐ jiā zài nǎr?
A: 你家在哪儿?

Wǒ jiā zài Màngǔ. Nǐ jiā ne?
B: 我家在曼谷。你家呢?

Wǒ jiā yě zài Màngǔ.
A: 我家也在曼谷。

Běijīng
1. 北京

A: ________________?

B: ________________?

A: ________________。

Shànghǎi
2. 上海

A: ________________?

B: ________________?

A: ________________。

Qīngmài

3. 清迈

A: ______________________?

B: ______________________?

A: ______________________。

Xīnjiāpō

4. 新加坡

A: ______________________?

B: ______________________?

A: ______________________。

六 听录音，完成对话，然后读一读
ฟังเทป เติมบทสนทนาให้ถูกต้องพร้อมฝึกอ่าน 073

A：你______________?

B：我十三岁。

A：我__________十三岁。

七 比一比谁数得快 ลองแข่งดูว่าใครพูดเร็วกว่ากัน

用汉语数一数图中有几个鸡蛋，比一比谁最快。

ใช้ตัวเลขภาษาจีนนับจำนวนไข่ในภาพ แข่งกันว่าใครนับได้เร็วกว่ากัน

第十九课　你的生日是几月几号
คุณเกิดวันที่เท่าไหร่ เดือนอะไร

基本词语 คำศัพท์พื้นฐาน 074

de	shēngrì	jǐ	yuè	hào
的	生日	几	月	号
ของ	วันเกิด	กี่, เท่าไร	เดือน	วันที่, เลขที่

课文 บทเรียน 075

Wáng Xiǎowěi: Nǐ de shēngrì shì jǐ yuè jǐ hào?

王　小伟：你 的 生日 是 几月几号？

Āpīchá : Wǒ de shēngrì shì Shíyuè yī hào.

阿 披 查：我的 生日 是十 月 一 号。

一 词语认读 ฝึกอ่านคำศัพท์

例 ตัวอย่าง:		
วันเกิด	shēngrì	生日

二 词语连线，然后读一读 โยงเส้นจับคู่คำพร้อมฝึกอ่าน

yuè	的	ของ
hào	生日	เป็น, คือ
de	几	วันเกิด
shēngrì	月	เดือน
shì	号	กี่, เท่าไร
jǐ	是	วันที่, เลขที่

三 学句子 เรียนรู้ประโยค

Nǐ de shēngrì shì jǐ yuè jǐ hào?
你的 生日 是几月几号?

“几月几号” 用来问日期，“你的生日是几月几号” 用来问出生日期。

“几月几号” ใช้สำหรับถามวันที่ “你的生日是几月几号” ใช้สำหรับถามวันเกิด

Āpīchá de shēngrì shì jǐ yuè jǐ hào?
A：阿披查的 生日 是几 月几号?

Āpīchá de shēngrì shì Shíyuè yī hào.
B：阿披查的 生日 是 十月 一 号。

四 听录音，完成对话 ฟังเทป เติมบทสนทนาให้ถูกต้อง 076

A：阿披查的生日是________月________号？

B：阿披查的生日是____________________。

五 听录音，完成对话，然后读一读 ฟังเทป เติมบทสนทนาให้ถูกต้องพร้อมฝึกอ่าน 077

王小伟：你的生日是______________？

阿披查：我的生日是______________。

六 完成对话 เติมบทสนทนาให้สมบูรณ์

玛　纳：你好！

王小伟：____________！

玛　纳：你叫____________名字？

王小伟：我叫王小伟。__________？

玛　纳：我叫玛纳。

王小伟：你家在______________？

玛　纳：我家在曼谷。你家呢？

王小伟：我家在北京。你__________？

玛　纳：我十二岁。你呢？

王小伟：我____________十二岁。

玛　纳：你的生日是______________？

王小伟：我的生日是8月3号。

七 家人的生日表 ตารางวันเกิดของคนในครอบครัวของฉัน

	我（ฉัน）的生日是______月______号。
	爸爸（พ่อ）的生日是______月______号。
	妈妈（แม่）的生日是______月______号。

第二十课　你的电话号码是多少
หมายเลขโทรศัพท์ของคุณคืออะไร

基本词语 คำศัพท์พื้นฐาน 078

diànhuà	hàomǎ	duōshao
电话	号码	多少
โทรศัพท์	หมายเลข	เท่าไร

扩展词语 คำศัพท์เพิ่มเติม 079

shǒujī
手机
โทรศัพท์มือถือ

课文 บทเรียน 080

Wáng Xiǎowěi: Nǐ de diànhuà hàomǎ shì duōshao?
王　小伟：你的电话号码是多少？

Āpīchá: Wǒ de diànhuà hàomǎ shì
阿披查：我的电话号码是0891234567。

一 词语认读 ฝึกอ่านคำศัพท์

例 ตัวอย่าง:		
โทรศัพท์	diànhuà	电话

二 词语连线，然后读一读 โยงเส้นจับคู่คำพร้อมฝึกอ่าน

de	电话	โทรศัพท์
shǒujī	号码	ของ
diànhuà	多少	เท่าไร
shì	手机	โทรศัพท์มือถือ
duōshao	的	หมายเลข
hàomǎ	是	คือ

三 学句子 เรียนรู้ประโยค

Nǐ de diànhuà hàomǎ shì duōshao?
你 的 电话 号码 是 多少?

“多少”用来问数字或数量。“……的电话号码是多少”用来询问某人的电话号码。

“多少”ใช้สำหรับถามถึงตัวเลขหรือจำนวน “……的电话号码是多少”ใช้สำหรับถามหมายเลขโทรศัพท์

Āpīchá de diànhuà hàomǎ shì duōshao?
A：阿披查的 电话 号码 是 多少?

Āpīchá de diànhuà hàomǎ shì
B：阿披查的 电话 号码 是 0891234567。

四 看图完成对话 ดูภาพและเติมบทสนทนาต่อไปนี้ให้สมบูรณ์

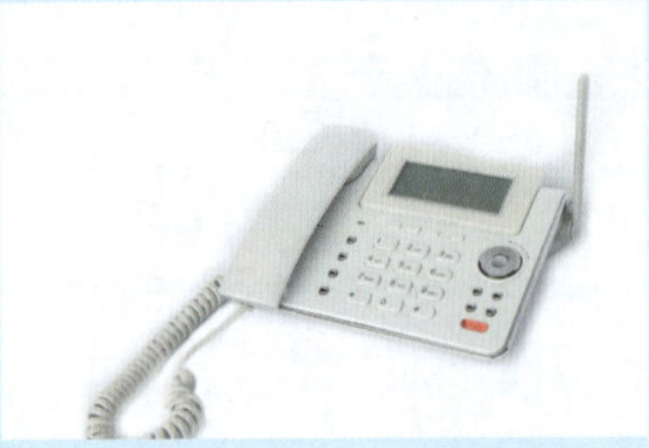

例 ตัวอย่าง:

Nǐ de diànhuà hàomǎ shì duōshao?

A：你的 电话 号码 是 多少？

Wǒ de diànhuà hàomǎ shì

B：我 的 电话 号码 是 0891234567。

1. A：玛纳的电话号码是多少？

   B：玛纳的电话号码是________________。

   A：玛纳的手机号码是多少？

   B：玛纳的__________________________。

2. A：阿披查的电话号码是多少？

   B：阿披查的____________是 082354687。

   A：阿披查的手机号码是多少？

   B：阿披查的________________________。

3. A：王小伟的电话号码是____________？

   B：王小伟的________________________。

   A：______________________________？

   B：王小伟的___________是 13357891024。

五 调查填表 สำรวจและเติมตารางให้สมบูรณ์

调查几位同学的基本情况，并完成下表。

สอบถามข้อมูลพื้นฐานของนักเรียน 2-3 คนและเติมลงในตารางให้ถูกต้อง

你叫什么名字?	你家在哪儿?	你多大?	你的生日是几月几号?	你的电话号码是多少?

第二十一课　语音与汉字2
การออกเสียงและตัวอักษรจีน 2

一　听录音，写韵母，然后读一读 ฟังเทป เติมสระให้ถูกต้องพร้อมฝึกอ่าน 081

1. q__　2. ch__　3. d__　4. w__　5. b__

6. n__'ér　7. xià y__　8. l__yóu　9. y__dòng　10. y__ y__

二　听录音，写声调，然后归类
ฟังเทปและเขียนเครื่องหมายวรรณยุกต์แล้วจัดกลุ่ม 082

1. shangdian　2. Zhongguo　3. gongsi　4. zhongwu　5. xiuxi

6. xigua　7. gaoxing　8. huanying　9. duoshao　10. kaishi

①________　②________　③________　④________　⑤________

汉字的笔画 4 ลำดับเส้นขีดตัวอักษรจีน 4

本课我们学习以下四个笔画：
ในบทนี้เราจะมาเรียนลำดับขีด 4 ขีด ดังต่อไปนี้

ㄱ（héngpiě）เส้นขวางลากซ้าย

㇊（héngzhétí）เส้นขวางหักลงงอขวาขึ้น

㇆（héngzhégōu）เส้นขวางหักลงงอซ้ายขึ้น

㇈（héngzhéwāngōu）เส้นขวางหักลงหักขวางอขึ้น

三 汉字练习 ฝึกหัดตัวอักษรจีน

1. 按笔顺说出下列汉字中笔画的名称
จงบอกชื่อเส้นขีดตัวอักษรจีนของคำที่กำหนดให้ต่อไปนี้ตามลำดับขีดของตัวอักษรจีน

水	口	语	月	几

2. 猜猜下列笔画的名称 ลองทายดูว่าลำดับขีดนี้มีชื่อเรียกว่าอะไร

㇈	㇛	㇜

3. 书写下列笔画 คัดเส้นขีดดังต่อไปนี้

㇙
㇆
㇇
㇛
㇜

第二十二课　中国的数字文化
วัฒนธรรมตัวเลขของชาวจีน

一　朗读词语 อ่านออกเสียงคำศัพท์

零　一　二　三　四　五　六　七　八　九　十　百　几　也　的　岁　月　号

多少　多大　生日　电话　号码　手机

二　根据画线部分提问 ตั้งคำถามจากคำที่ขีดเส้นใต้

1. 我的电话号码是 008155479。

2. 我的生日是 7 月 1 号。

3. 玛纳 13 岁。

三　听录音，完成对话，然后读一读
ฟังเทป เติมบทสนทนาให้ถูกต้องพร้อมฝึกอ่าน　083

A：你好！

B：__________。

A：______________________？

B：我叫__________。你呢？

A：我叫__________。

B：你的电话号码是__________？

A：我的电话号码是__________。你呢？

B：我的电话号码是__________。

A：你__________？

B：我十二__________。

四 选择合适的词语完成句子 เลือกคำที่เหมาะสมเติมลงในประโยคให้สมบูรณ์

A. 在　B. 哪儿　C. 多大　D. 多少　E. 几　F. 的　G. 也

1. 我________电话号码是03908810。
2. 玛纳的家在________？
3. 你的生日是____月____号？
4. 我十二岁，你________？
5. 王小伟的电话号码是________？
6. 你是泰国人。我____是泰国人。
7. 我家____曼谷。

五 做一张自己的名片 ให้นักเรียนประดิษฐ์นามบัตรของตัวเอง

你叫什么名字？ ________

你是中国人吗？ ________　________ 你的生日是几月几号？

你的电话号码是多少？ ________　________ 你多大？

你家在哪儿？ ________________

中国的数字文化
วัฒนธรรมตัวเลขของชาวจีน

在汉语里，数字有一定的文化意义。中国人比较喜欢“6”“8”和“9”。“6”代表“顺利”；“8”和“发（fā）”音近，有“发财（fācái）”的意思；“9”与“久（jiǔ）”同音，有“长寿”的意思。中国人不喜欢“4”，因为“4”和“死（sǐ）”音近，表示“死亡”。2008年北京奥运会开幕的时间定在北京时间2008年8月8日晚上8点，也跟这种文化有关系。

เลข6 แสดงถึงความราบรื่น เลข8พ้องเสียงกับคำว่า发 ซึ่งมีความหมายว่าร่ำรวย เลข9พ้องเสียงกับคำว่า 久 มีความหมายว่าอายุยืน ชาวจีนไม่ชอบเลข4 เพราะ 4 พ้องเสียงกับ 死 ที่แปลว่า "ตาย" พิธีเปิดการแข่งขันโอลิมปิกที่กรุงปักกิ่งในปี 2008 จึงกำหนดเป็นเวลาสองทุ่ม(8นาฬิกา)ของวันที่ 8 เดือน 8 ปี 2008 วันเวลาดังกล่าวล้วนเกี่ยวข้องกับความเชื่อเรื่องตัวเลขนั่นเอง

数字歌谣 เพลงตัวเลข

请大家一边做数字手势一边有节奏地念出下面的歌谣：

ให้นักเรียนร้องตามเพลงพร้อมกับชูนิ้วมือนับเลขไปตามจังหวะ

Yí qù èr sān lǐ, yān cūn sì wǔ jiā.

一去二三里，烟村四五家。

Tíng tái liù qī zuò, bā jiǔ shí zhī huā.

亭台六七座，八九十枝花。

จากหนึ่งไปสองสามลี้ ในหมู่บ้านมีบ้านสี่ห้าหลัง ศาลามีหกเจ็ดที่นั่ง มีดอกไม้แปดเก้าสิบต้น

5 家庭与朋友
ครอบครัวและเพื่อนฝูง

单元教学内容 เนื้อหาบทเรียน

交际功能 ทักษะการใช้ภาษา	1. 询问、介绍人物身份 ซักถามแนะนำบุคคล 2. 询问、介绍家庭成员构成 ซักถามแนะนำสมาชิกในครอบครัว 3. 询问、介绍家庭成员数量 ซักถามแนะนำจำนวนสมาชิกในครอบครัว
语音 การออกเสียง	1. ia/ie/üe 的辨别 ความแตกต่างระหว่าง ia/ie/üe 2. 二声与其他声调搭配 เสียงวรรณยุกต์เสียงที่สอง รวมกับวรรณยุกต์เสียงอื่น ๆ
汉字 ตัวอักษรจีน	汉字的笔画组合关系 ความสัมพันธ์ของการผสมขีดอักษรจีน
词语 คำศัพท์	基本词语 คำศัพท์พื้นฐาน 第 23 课 爸爸 妈妈 哥哥 姐姐 弟弟 妹妹 朋友 第 24 课 这 谁 那 第 25 课 有 没有 第 26 课 她 几 个 两 扩展词语 คำศัพท์เพิ่มเติม 第 23 课 爷爷 奶奶 外公 外婆
语言点 ไวยากรณ์	1. 这是谁？ 2. 这是我弟弟，那是他的中国朋友。 3. 你有哥哥吗？ 4. 我没有哥哥，我有弟弟、妹妹。 5. 你有几个妹妹？ 6. 我有两个妹妹。
文化 วัฒนธรรม	中国的家庭 ครอบครัวคนจีน

第二十三课　词语
คำศัพท์

基本词语 คำศัพท์พื้นฐาน 084

bàba 爸爸 พ่อ	māma 妈妈 แม่	gēge 哥哥 พี่ชาย	jiějie 姐姐 พี่สาว
dìdi 弟弟 น้องชาย	mèimei 妹妹 น้องสาว	péngyou 朋友 เพื่อน	

扩展词语 คำศัพท์เพิ่มเติม 085

yéye 爷爷 ปู่	nǎinai 奶奶 ย่า	wàigōng 外公 ตา	wàipó 外婆 ยาย

一 听录音，写声调，然后读一读 ฟังเทปและเขียนวรรณยุกต์จากนั้นฝึกอ่าน 086

1. mama　　2. jiejie　　3. didi　　4. pengyou

二 词语认读 ฝึกอ่านคำศัพท์

例 ตัวอย่าง:

พ่อ	bàba	爸爸

三 比一比谁认得快 มาแข่งกันว่าใครเร็วกว่ากัน

记住本课词语的意思、读音、字形，然后根据老师的要求比赛。

จำความหมาย เสียงอ่าน วิธีการเขียนของคำศัพท์ในบทนี้ เริ่มแข่งขันโด ยฟังคำสั่งจากคุณครู

四 词语连线，然后读一读 โยงเส้นจับคู่คำพร้อมฝึกอ่าน

māma	爸爸	น้องสาว
péngyou	哥哥	น้องชาย
bàba	姐姐	แม่
gēge	妈妈	พ่อ
jiějie	弟弟	พี่ชาย
dìdi	妹妹	พี่สาว
mèimei	朋友	เพื่อน

五 做一做 ลองทำดู

制作自己的家族树。

สร้างแผนภาพต้นไม้ครอบครัวของตนเอง

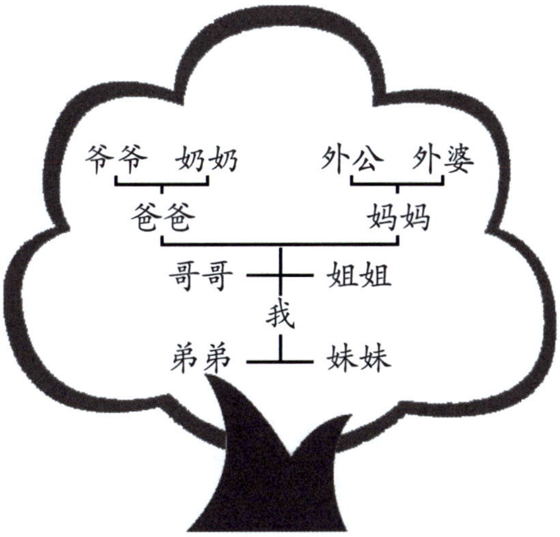

第二十四课　这是谁
นี่คือใคร

基本词语 คำศัพท์พื้นฐาน 087

zhè	shuí	nà
这	谁	那
นี่	ใคร	นั่น

课文 บทเรียน 088

Zhāng Nà : Zhè shì shuí?
张　娜：这是谁？

Chūnlādá: Zhè shì wǒ dìdi.
春拉达：这是我弟弟。

Zhāng Nà : Nà yě shì nǐ dìdi ma?
张　娜：那也是你弟弟吗？

Chūnlādá: Bú shì, nà shì tā de Zhōngguó péngyou.
春拉达：不是，那是他的中国 朋友。

一 词语认读 ฝึกอ่านคำศัพท์

例 ตัวอย่าง:

นี่	zhè	这

二 词语连线，然后读一读 โยงเส้นจับคู่คำพร้อมฝึกอ่าน

shuí	这	เพื่อน
shì	那	ก็
dìdi	谁	คือ
zhè	也	นี่
péngyou	是	นั่น
yě	朋友	ใคร
nà	弟弟	น้องชาย

三 学句子 เรียนรู้ประโยค

Zhè shì shuí?
1. 这 是 谁?

"谁"用来问人。可以用"谁"问一个人，也可以问多个人。

"谁"ใช้เมื่อต้องการซักถามถึงตัวบุคคล "谁" สามารถถามถึงบุคคลคนเดียวหรือหลายคนก็ได้

Nà shì shuí?
① 那 是 谁?

Tāmen shì shuí?
② 他们 是 谁?

Zhè shì wǒ dìdi, nà shì tā de zhōngguó péngyou.
2. 这 是 我弟弟，那 是他的 中国 朋友。

“这”表示近指，“那”表示远指。可以指人，也可以指物。

“这” ใช้ระบุตำแหน่งที่อยู่ใกล้ “那” ใช้ระบุตำแหน่งที่อยู่ไกล สามารถใช้กับคนและสิ่งของ

Zhè shì wǒ dìdi, nà shì wǒ mèimei.
① 这 是 我 弟弟，那 是 我 妹妹。

Zhè shì Hànyǔ shū, nà shì Tàiyǔ shū.
② 这 是 汉语 书，那 是 泰语 书。

四 看图完成句子 ดูภาพและเติมประโยคให้สมบูรณ์

例 ตัวอย่าง:

Zhè shì māma, nà shì bàba.
这 是 妈妈，那 是 爸爸。

1. 北京　曼谷

____

2. 弟弟　妹妹

____

3. 姐姐　哥哥

4. 中国人　泰国人

五 看图完成对话 ดูภาพและเติมบทสนทนาต่อไปนี้ให้สมบูรณ์

例 ตัวอย่าง:

Zhè shì shuí?
A: 这 是 谁?

Zhè shì wǒ bàba.
B: 这 是 我 爸爸。

1. 老师

A: ____________________

B: ____________________

2. 弟弟

A: ____________________

B: ____________________

3. 中国朋友

A: ______________________

B: ______________________

4. 家人

A: ______________________

B: ______________________

六 听录音，完成对话，然后读一读
ฟังเทป เติมบทสนทนาให้ถูกต้องพร้อมฝึกอ่าน 089

A: 这是______________?

B: ______________春拉达的弟弟。

A: 那也是______________________?

B: 不是，那是__________________________。

七 猜猜他是谁 ทายซิว่าเขาคือใคร

根据图片，通过问答方式了解照片中的人物身份，建议使用：

ดูภาพ ฝึกถามตอบว่าบุคคลในภาพมีสถานะใด

这是谁?

他/她是谁?

他/她是……吗?

第二十五课　你有哥哥吗
เธอมีพี่ชายไหม

基本词语 คำศัพท์พื้นฐาน 090

yǒu	méiyǒu
有	没有
มี	ไม่มี

课文 บทเรียน 091

Zhāng Nà: Nǐ yǒu gēge ma?

张　娜：你 有 哥哥 吗？

Chūnlādá: Wǒ méiyǒu gēge, wǒ yǒu dìdi, mèimei.

春拉达：我 没有 哥哥，我 有 弟弟、妹妹。

一 词语认读 ฝึกอ่านคำศัพท์

例 ตัวอย่าง:		
มี	yǒu	有

二 词语连线，然后读一读 โยงเส้นจับคู่คำพร้อมฝึกอ่าน

mèimei	有	น้องสาว
jiějie	没有	พี่สาว
yǒu	哥哥	น้องชาย
dìdi	姐姐	พี่ชาย
méiyǒu	弟弟	ไม่มี
gēge	妹妹	มี

三 学句子 เรียนรู้ประโยค

Nǐ yǒu gēge ma?
1. 你 有 哥哥 吗?

"有……吗"用来提问，肯定回答是"有"，否定回答是"没有"。

"有……吗" มักใช้ในการถามคำถาม ตอบในรูปประโยคบอกเล่าคือ "有" และ "没有" ในรูปประโยคปฏิเสธ

Nǐ yǒu Zhōngguó péngyou ma?
A：你 有 中国 朋友 吗?

Méiyǒu. / Wǒ méiyǒu Zhōngguó péngyou.
B：没有。/ 我 没有 中国 朋友。

Wǒ méiyǒu gēge, Wǒ yǒu dìdi, mèimei.
2. 我 没有 哥哥，我 有 弟弟、妹妹。

“有” 表示领属，它的否定是 “没有”。

“有” แสดงถึงการมีไว้ในครอบครอง รูปปฏิเสธคือ “没有”

Wǒ yǒu Zhāng Nà de diànhuà hàomǎ, méiyǒu Chūnlādá de diànhuà hàomǎ.
我 有 张 娜 的 电话 号码，没有 春拉达 的 电话 号码。

四 看图完成句子 ดูภาพและเติมประโยคให้สมบูรณ์

例 ตัวอย่าง:

Tā yǒu Tàiguó péngyou.
她 有 泰国 朋友。

1. 妹妹

____

2. 中国朋友

____

3. 手机

____

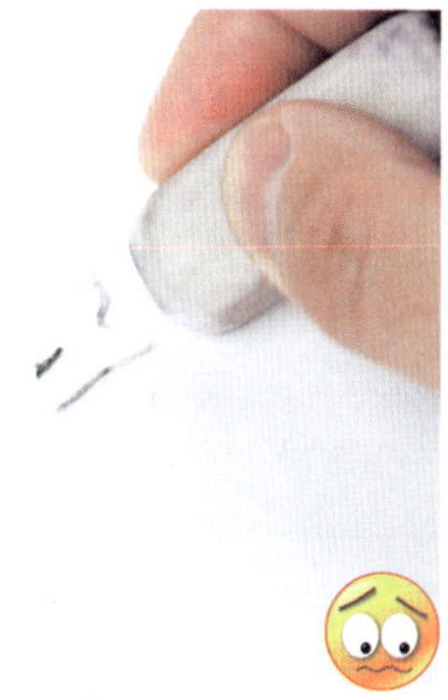

4. 橡皮

____

5. 本子

____

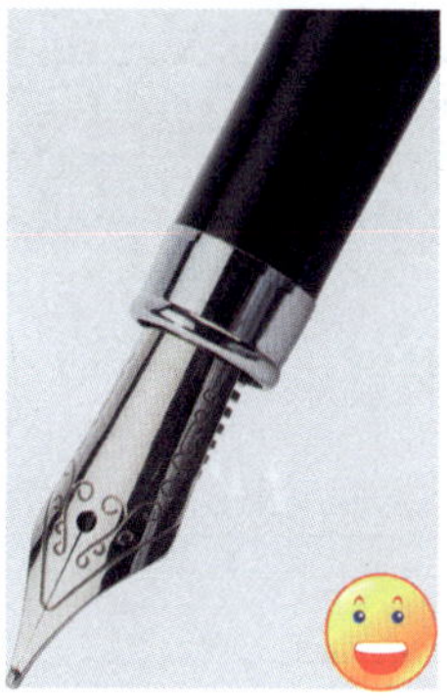

6. 笔

____

五 看图完成对话 ดูภาพและเติมบทสนทนาต่อไปนี้ให้สมบูรณ์

例 ตัวอย่าง:

Nǐ yǒu mèimei ma?

A: 你 有 妹妹 吗?

Wǒ méiyǒu mèimei.

B: 我 没有 妹妹。

1. 姐姐

A: ______________________________?

B: ______________________________。

2. 中国朋友

A: ______________________________?

B: ______________________________。

3. 汉语书

A: ______________________________?

B: ______________________________。

4. 手机

A: ______________________________?

B: ______________________________。

六 读课文，回答问题 อ่านบทเรียนและตอบคำถาม

1. 春拉达有哥哥吗？
2. 春拉达有弟弟吗？
3. 春拉达有妹妹吗？

七 调查填表 สำรวจและเติมตารางให้สมบูรณ์

	哥哥	姐姐	妹妹	弟弟	汉语名字	中国朋友
春拉达	没有	没有	有	有	有	有

第二十六课　你有几个妹妹

เธอมีน้องสาวกี่คน

基本词语 คำศัพท์พื้นฐาน 092

tā	gè	liǎng
她	个	两
หล่อน	คน	สอง

课文 บทเรียน 093

Zhāng Nà: Tā shì nǐ jiějie ma?

张　娜：她是你姐姐吗？

Chūnlādá: Tā bú shì wǒ jiějie, tā shì wǒ mèimei.

春拉达：她不是我姐姐，她是我妹妹。

Zhāng Nà: Nǐ yǒu jǐ ge mèimei?

张　娜：你有几个妹妹？

Chūnlādá: Wǒ yǒu liǎng ge mèimei.

春拉达：我有两个妹妹。

一 词语认读 ฝึกอ่านคำศัพท์

例 ตัวอย่าง:

สองี่	liǎng	两

二 词语连线，然后读一读 โยงเส้นจับคู่คำพร้อมฝึกอ่าน

mèimei	几	ไม่
liǎng	个	กี่
bù	她	คน
jiějie	两	พี่สาว
jǐ	姐姐	หล่อน
gè	妹妹	สอง
tā	不	น้องสาว

三 学句子 เรียนรู้ประโยค

Nǐ yǒu jǐ ge mèimei?

1. 你 有 几个 妹妹?

"几" 用于询问数量，所询问的数目一般在 1—9 之间，后面一般要加量词。

"几" ใช้กับการถามจำนวน โดยทั่วไปจำนวนนั้นมักอยู่ระหว่าง 1—9 และหลังคำว่า "几" มักตามด้วยคำลักษณะนาม

Nǐ yǒu jǐ ge Zhōngguó péngyou?

① 你 有 几 个 中国 朋友?

Nǐ yǒu jǐ ge gēge?

② 你 有 几 个 哥哥?

Wǒ yǒu liǎng ge mèimei.

2. 我 有 两 个 妹妹。

在汉语中，数词“二”后面有量词的时候，“二”一般要变成“两”。

หากหลังคำว่า “二” ตามด้วยคำลักษณะนาม คำว่า “二” นี้จะต้องเปลี่ยนเป็น “两”

liǎng ge lǎoshī	liǎng ge Zhōngguó péngyou
① 两 个 老师	② 两 个 中国 朋友

四 看图填空 ดูภาพ เติมคำลงในช่องว่างให้สมบูรณ์

sān ge Zhōngguó rén

例 ตัวอย่าง：三 个 中国 人

1. ________弟弟

2. ________名字

3. ________电话号码

4. ________老师

5. ________姐姐

6. ________泰国朋友

五 看图完成对话 ดูภาพและเติมบทสนทนาต่อไปนี้ให้สมบูรณ์

例 ตัวอย่าง：

Tā yǒu jǐ ge dìdi?
A：她有几个弟弟？

Tā yǒu liǎng ge dìdi.
B：她有两个弟弟。

1. 电话号码

A：______________________？

B：______________________。

2. 老师

A：______________________？

B：______________________。

3. 泰国朋友

A：______________________？

B：______________________。

4. 姐姐

A：______________________？

B：______________________。

六 听录音，完成对话，并分角色朗读

ฟังเทป เติมประโยคให้สมบูรณ์และอ่านออกเสียงตามบทบาทที่ได้รับ 094

A：她是__________吗？

B：她不是__________，她是我__________。

A：你有__________妹妹？

B：我有__________妹妹。

七 调查填表 สำรวจและเติมตารางให้สมบูรณ์

	哥哥	姐姐	妹妹	弟弟	名字	汉语名字	老师	中国老师	电话号码	中国朋友
春拉达	0	0	2	1	2	1	5	1	2	4

第二十七课　语音与汉字3
การออกเสียงและตัวอักษรจีน 3

一 听录音，写韵母，然后读一读 ฟังเทป เติมสระให้ถูกต้องพร้อมฝึกอ่าน 095

1. j__　　2. y__　　3. x__　　4. j__

5. j__shào　　6. x__xí　　7. dìt__　　8. x__yǔ

二 听录音，写声调，然后归类 ฟังเทป เขียนเครื่องหมายวรรณยุกต์แล้วจัดกลุ่ม 096

1. xuexiao　2. fangjian　3. tongxue　4. xuesheng　5. pingguo

6. huida　7. shihou　8. qianmian　9. pangbian　10. niunai

①________　②________　③________　④________　⑤________

笔画的组合 การผสมของเส้นขีดอักษรจีน

汉字的笔画和笔画组合时，有三种组合关系：

เส้นขีดอักษรจีนและการผสมของเส้นอักษรจีน มีความสัมพันธ์กัน 3 รูปแบบ

1. 相接 เชื่อมโยงกัน：亻　口　　2. 相交 ครอมกัน：十　ナ　　3. 相离 ห่างจากกัน：六　八

三 找一找，下面每组中的两个汉字有什么不同
ลองหาความแตกต่างระหว่างตัวอักษรจีน 2 ตัวในแต่ละกลุ่ม

1. 八人　　2. 七匕　　3. 天夫

四 按笔顺说出下列汉字中笔画的名称
จงบอกชื่อเส้นขีดตัวอักษรจีนของคำที่กำหนดให้ต่อไปนี้ตามลำดับขีดของตัวอักษรจีน

中国什么是

第二十八课　中国的家庭

ครอบครัวชาวจีน

一 朗读词语 อ่านออกเสียงคำศัพท์

这	那	有	几	谁	个	两	她
没有	哥哥	弟弟	妹妹	爸爸	妈妈	姐姐	朋友

二 根据画线部分提问 ตั้งคำถามจากคำที่ขีดเส้นใต้

1. 我有两个中国朋友。
2. 这是我的汉语老师。
3. 这是我姐姐。
4. 我有一个姐姐。

三 听录音，判断正误 ฟังเทป เลือกตอบถูกผิด 097

1. □

2. □

3. □

4. □

5. □

6. □

四 选择合适的词语完成句子 เลือกคำที่เหมาะสมเติมลงในประโยคให้สมบูรณ์

A. 谁　B. 没有　C. 几个　D. 这　E. 两个

1. 我____________弟弟。
2. 我有____________中国朋友。
3. __________是我的汉语老师。
4. 你有____________姐姐?
5. 这是____________?

五 在方框内画出你的家庭成员并介绍
จงวาดรูปสมาชิกในครอบครัวพร้อมทั้งแนะนำลงในกรอบสี่เหลี่ยม

中国的家庭
ครอบครัวคนจีน

"四世同堂"是指一家祖孙四代人生活在一起。在中国传统社会中，一般是很多人生活在一个大家庭里，大家都向往"四世同堂"。而现在，中国人的生活有了很大变化，很多家庭都是三口之家或四口之家，是一对夫妇和一两个孩子的小家庭。不过中国人仍然看重家庭亲情，喜欢一大家人热热闹闹在一起的气氛。所以遇到重要节日的时候，全家三代人甚至四代人常常要从不同的地方赶来，聚到一起。

" 四世同堂 "หมายถึงครอบครัวที่ประกอบไปด้วยสมาชิกสี่ชั่วอายุคนอาศัยอยู่ในบ้านหลังเดียวกัน ในสังคมดั้งเดิมของจีนมักหมายถึงครอบครัวที่มีสมาชิกจำนวนมาก ทุกครอบครัวล้วนอยากเป็นครอบครัว " 四世同堂 " ปัจจุบันชีวิตของคนจีนเปลี่ยนแปลงไปมาก หลายๆครอบครัวมีสมาชิกเพียง3ถึง4คน ประกอบไปด้วยสามีภรรยาและลูกหนึ่งหรือสองคนเท่านั้น อย่างไรก็ตามคนจีนก็ยังคงให้ความสำคัญกับความสัมพันธ์แบบครอบครัว ชอบในบรรยากาศอันครึกครื้นเมื่อทุกคนได้อยู่ร่วมกัน ดังนั้นเมื่อถึงเทศกาลสำคัญต่างๆ สมาชิกในครอบครัว3รุ่นหรืออาจมากถึง4รุ่นมักจะกลับมาอยู่ร่วมกัน

1. 请看下面两张中国家庭和泰国家庭的照片。两人一组，每人选择一张照片，说说照片上的人是谁。尽量使用下面的句子：

ดูรูปภาพครอบครัวคนจีนและครอบครัวคนไทยทั้งสองรูปนี้ จับกลุ่มกลุ่มละสองคน แต่ละคนเลือกมาหนึ่งรูป และฝึกพูดว่าบุคคลในรูปนั้นคือใครโดยใช้ประโยคที่กำหนดให้ต่อไปนี้

他们是谁？

这 / 那是谁？

这 / 那是……

这 / 那不是……

2. 说一说上面照片中的两个家庭有什么不同。

จากภาพสองครอบครัวด้านบน มีสิ่งใดที่แตกต่างกันบ้าง

测试
แบบทดสอบ

一、听力 การฟัง

第一部分 ส่วนที่ 1

第 1—5 题 ข้อ1–5 098

例： ตัวอย่าง :		√
		×
1.		
2.		
3.		
4.		
5.		

第二部分　ส่วนที่ 2

第 6—10 题　ข้อ 6–10　099

<table>
<tr><td>例：
ตัวอย่าง:</td><td>
A√</td><td>
B</td><td>
C</td></tr>
<tr><td>6.</td><td>
A</td><td>
B</td><td>
C</td></tr>
<tr><td>7.</td><td>
A</td><td>
B</td><td>
C</td></tr>
<tr><td>8.</td><td>

A</td><td>

B</td><td>

C</td></tr>
<tr><td>9.</td><td>
A</td><td>
B</td><td>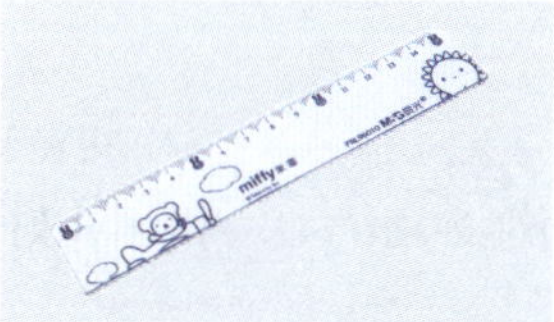
C</td></tr>
<tr><td>10.</td><td>
A</td><td>
B</td><td>
C</td></tr>
</table>

第三部分 ส่วนที่ 3

第 11—15 题 ข้อ11–15 100

A

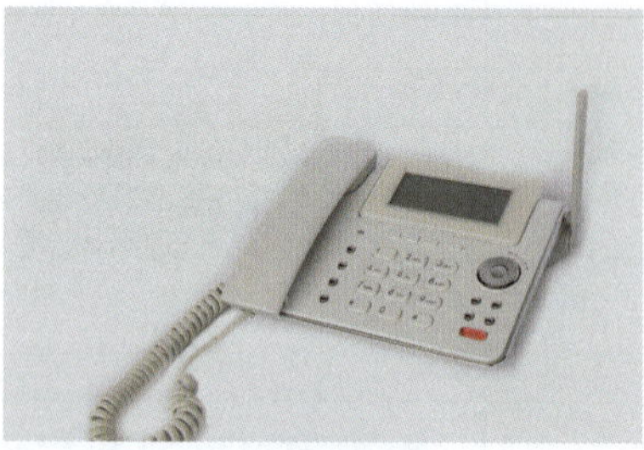

B

C

D

E

F

Nǐ hǎo!
例 ตัวอย่าง：A：你好！

Nǐ hǎo, wǒ shì Dàwèi.
B：你好，我是大卫。 C

11. ☐ 12. ☐ 13. ☐ 14. ☐ 15. ☐

第四部分 ส่วนที่ 4

第 16—20 题 ข้อ16–20 101

Wǒ de shēngrì shì Èryuè wǔ hào, Mǎnà yě shì.
例 ตัวอย่าง：我 的 生日 是 二月 五 号，玛纳 也 是。

Mǎnà de shēngrì shì jǐ yuè jǐ hào?
问：玛纳 的 生日 是 几 月 几 号？

Yīyuè wǔ hào A. 一月 五 号	Sānyuè wǔ hào B. 三月 五 号	Èryuè wǔ hào C.√ 二月 五 号
yí ge 16. A. 一 个	sān ge B. 三 个	méiyǒu C. 没有
Běijīng 17. A. 北京	Màngǔ B. 曼谷	Xīnjiāpō C. 新加坡
suì 18. A. 18 岁	suì B. 17 岁	suì C. 16 岁
Tàiguó 19. A. 泰 国	Zhōngguó B. 中国	Mǎláixīyà C. 马来西亚
tā dìdi 20. A. 她 弟弟	tā gēge B. 她 哥哥	tā péngyou C. 她 朋友

二、阅 读　การอ่าน

第一部分　ส่วนที่ 1

第 21—25 题　ข้อ21–25

例： ตัวอย่าง :		Tàiguó 泰国	√
		shū 书	×
21.	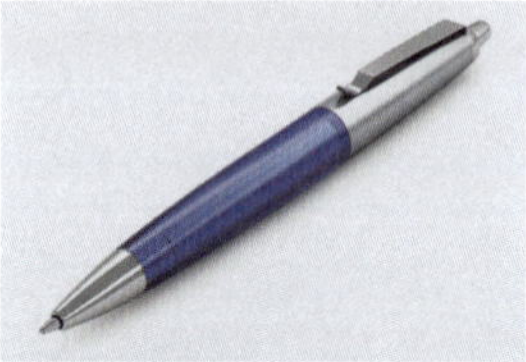	bǐ 笔	
22.		yéye 爷爷	
23.		liù 六	
24.		diànhuà 电话	
25.		Hànzì 汉字	

第二部分　ส่วนที่ 2

第 26—30 题　ข้อ26—30

A

B

C

D

E

F

Wǒ jiā yǒu diànhuà.
例 ตัวอย่าง：A：我 家 有 电话。　B

Tā shì wǒ nǎinai.
26. 她 是 我 奶奶。

Wǒ yǒu yí ge mèimei.
27. 我 有 一 个 妹妹。

Tāmen shì péngyou.
28. 他们 是 朋友。

Wǒ shì Zhōngguó rén.
29. 我 是 中国 人。

Tā yǒu sān ge běnzi.
30. 他 有 三 个 本子。

第三部分　ส่วนที่ 3

第 31—35 题　ข้อ 31–35

Qīyuè sì hào. A. 七月 四 号。	Méiyǒu. B. 没有。	Shí suì. C. 十 岁。
Zhè shì wǒ gēge. D. 这 是 我 哥哥。	Màngǔ. E. 曼谷。	Bú shì. F. 不 是。

例 ตัวอย่าง：

Nǐ shì Zhōngguó rén ma?
你 是 中国 人 吗？ F

Nǐ de shēngrì shì jǐ yuè jǐ hào?
31. 你 的 生日 是 几 月 几 号？ ☐

Zhè shì shuí?
32. 这 是 谁？ ☐

Nǐ jiā zài nǎr?
33. 你 家 在 哪儿？ ☐

Nǐ dìdi duō dà?
34. 你 弟弟 多 大？ ☐

Nǐ yǒu jiějie ma?
35. 你 有 姐姐 吗？ ☐

第四部分　ส่วนที่ 4

第 36—40 题　ข้อ 36–40

Hànyǔ A. 汉语	méi guānxi B. 没 关系	shēngrì C. 生 日	péngyou D. 朋 友	kèqi E. 客气	shénme F. 什么

例 ตัวอย่าง：女：谢 谢！（Xièxie!）

男：不（ E ）。（Bú）

Nǐ jiào
36. 你 叫（　　）？

Māma de　　shì Qīyuè qī hào.
37. 妈妈 的（　　）是 七月 七 号。

Wǒmen shuō
38. 我们 说（　　）。

Wǒ yǒu sān ge
39. 我 有 三 个（　　）。

Duìbuqǐ.
40. 男：对不起。

女：（　　）。

词语总表 ตารางรวมคำศัพท์

词语	拼音	课序
八	bā	17
爸爸	bàba	23
百	bǎi	17
北京	Běijīng	11
不	bù	13
的	de	19
弟弟	dìdi	23
电话	diànhuà	20
多大	duō dà	18
多少	duōshao	20
二	èr	17
哥哥	gēge	23
个	gè	26
好	hǎo	12
号	hào	19
号码	hàomǎ	20
几	jǐ	19
家	jiā	14
叫	jiào	12
姐姐	jiějie	23
九	jiǔ	17
两	liǎng	26
零	líng	17
六	liù	17
妈妈	māma	23
马来西亚	Mǎláixīyà	13
吗	ma	13
曼谷	Màngǔ	11
没有	méiyǒu	25
妹妹	mèimei	23
们	men	11
名字	míngzi	11
哪儿	nǎr	14
那	nà	24
奶奶	nǎinai	23
呢	ne	14
你	nǐ	11
朋友	péngyou	23
七	qī	17
人	rén	13
三	sān	17
什么	shénme	12
生日	shēngrì	19
十	shí	17
是	shì	13
手机	shǒujī	20
谁	shuí	24
四	sì	17
岁	suì	18
他	tā	11
她	tā	26

关键句总表 ตารางรวมประโยคสำคัญ

课序	关键句
12	你好!
12	你叫什么名字?
13	你们是中国人吗?
13	我们不是中国人。
13	我们是泰国人。
14	你家在哪儿?
14	我家在曼谷。你家呢?
18	你多大?
18	我十二岁。
18	我也十二岁。
19	你的生日是几月几号?
19	我的生日是十月一号。
20	你的电话号码是多少?
24	这是谁?
24	这是我弟弟,那是他的中国朋友。
25	你有哥哥吗?
25	我没有哥哥,我有弟弟、妹妹。
26	你有几个妹妹?
26	我有两个妹妹。